மயில் ஏறிய மாணிக்கம்

கி. வா. ஜகந்நாதன்

Title: Mayil Eriya Manikkam

Author: Ki. Va. Jagannathan

Language: Tamil

First Published on: 1958

Year of Publication: 2024

Book Format: Paperback

*Page Size: 6inch * 9inch*

Category: Essays

Subject: Religious Essays

No. of pages: 140

ISBN: 978-81-997926-2-3

Published by: Nilan Publishers, Madurai, Tamilnadu, India

பொருளடக்கம்

குறிப்புகளுக்காக

முகவுரை

முருகப் பெருமானுடைய திருவருளில் ஈடுபட்ட அருணகிரி நாதர், பக்தி பழுத்த மனத்திலிருந்து கனிந்து அமுதூறிய பாடல்களைப் பாடி யருளினார். அந்தப் பாடல்களைப் பரிவுடனும் பக்தி யுடனும் படிக்கும்போது அந்த அன்பு மலர்ந்து மணக்கும் அநுபவத்தைப் பெறுவார்கள். வெறும் புலமைத் திறத்தை மட்டும் காட்டும் பாடல்களில் இந்த மன நிறைவு இருப்பதில்லை. திருக் கோயிலில் அழகாக அலங்காரம் செய்த மூர்த்திக்கு விரிவான பூசை நடக்கும்பொழுது மனத்தை வேறு இடங்களில் அலைய விடாது, அந்தப் பூசையில் ஈடுபட்டு நெடுநேரம் இருந்து தரிசனம் செய்துவிட்டு வீட்டுக்கு வரும்போது ஒருவகையான கிளர்ச்சி நம் உள்ளத்தே உண்டாகிறது. வீட்டுக்கு வந்த பிறகும் நம்முடன் கோயிற் சூழ்நிலை சில நேரத்திற்கு இருந்து கொண்டே இருக் கிறது. அப்போது உண்டாகும் மன நிறைவிலே ஒரு பிசிர் இல்லாத இன்பம் இருக்கிறது.

அதுபோல, இன்னும் அதைக் காட்டிலும் மிகுதியாகவே, அருணகிரிநாதர் திருப்பாட்டைப் படிக்கையில் ஒருவகை இன்ப உணர்ச்சி உண்டாகிறது. வாய்விட்டுப் படித்தால் அப்போது அது நன்றாகத் தெரியும். மனப்பாடமாகித் தனியே இருந்து வாயாரப் பாடினால் அப்போது உண்டாகும் உருக்கம் தனியான சிறப்புடையது. யாரேனும் நன்றாகப் பாடக் கூடியவர்கள் வார்த்தைகளை முழுசு முழுசாக உச்சரித்துப் பாட அதைக் கேட்டால் உடம்பில் ஒரு கிளு கிளுப்பு ஏற்படுகிறது. இதை முருகன் அடியார்கள் உணர்ந்திருப்பார்கள்.

தாளம் வேண்டாமல் எளிதிலே பாடுவதற்கு ஏற்றவையாக இருப்பவை கந்தர் அலங்காரப் பாடல்கள். அவற்றின் பொருளை உணர்ந்து வாயாரப் பாடும் நமக்குச் சற்றே உடற்பாரம் குறை வதுபோல் இருக்கிறது. அந்தப் பாடல்களைப் பாடும் நமக்கே ஓரளவு இன்பம்

பிறக்குமானால் அவற்றை இறைவன் திருவருளிலே மிதந்து அருணகிரியார் பாடும்போது அவர் எத்தனை இன்பத்தை அடைந்திருப்பார்! அவர் பெருமிதத்தோடு முருகன் திருவருளாற் பெற்ற பேற்றைச் சொல்லும்போது அத்தனையும் உண்மை என்ற நினைவு நமக்கு உண்டாகிறது.

கந்தர் அலங்கார விளக்கச் சொற்பொழிவைக் கேட்ட அன்பர்கள் சில சமயங்களில் தம்முடைய உவகைப் பெருக்கை என்னிடம் வெளியிடுவதுண்டு. பல சமயங்களில் அவர்களுடைய கண் இமை ஈரம் அடைவதைக் கண்டிருக்கிறேன். அப்போதெல் லாம் அருணகிரிநாதப் பெருமானுடைய பரோபகாரத்தை நினைந்து வாழ்த்துகிறேன்.

"இந்தப் பாடல்களில் என்ன இருக்கிறது? காவியச் சுவை உண்டா? கதை உண்டா?"என்று கேட்பவர்கள் இருக்கலாம். கவிஞன் தான் கொண்ட உணர்ச்சியைப் பிறரும் அடையும்படி செய்வதைக் காட்டிலும் உயர்ந்த ஆற்றல் வேறு இல்லை.

அந்த உரைகல்லில் உரைத்துப் பார்த்தால் அருணகிரி நாதரின் பாடல்கள் உணர்ச்சி ஊட்டுபவை. அவர் முருகன் திருவருளால் பெற்ற நலங்களைப் பெருமிதத்தோடு சொல்லுகையில் நமக்கு ஒரு நம்பிக்கை பிறக்கிறது. "நான் இப்படித் துன்புறுகிறேனே! என்னை ஆட்கொள்ள மாட்டாயா?"என்று பாடும்போது நாமும் உருகுகிறோம். "இவ்வாறு என்னை ஆட்கொள்ள வேண்டும்"என்று விண்ணப்பித்துக் கொள்ளும்போது அதே விண்ணப்பத்தை ஆண்டவனிடம் நாம் திருப்பிச் சொல்லவேண்டும் என்ற ஆர்வம் எழுகிறது. நம்மை நோக்கி உபதேசம் செய்வது போலப் பாடும் பொழுது அது தெளிவாக விளங்குகிறது.

இறையருள் அநுபவம் உள்ளவர்களின் வாக்கைப் படிக்கும் போது நாமும் நல்ல மனநிலையோடு இருந்து படிக்க வேண்டும். மென்மையும் தண்மையும் உடைய மலரில் அது குலையாமற் கலையாமல் தாதூதித்தேன் உண்ணும் வண்டைப்போல இத்தகைய பாடல்களுக்குள் உள்ளத்தைச்

செலுத்த வேண்டும். சோதனை போடும் அறிவுக்கு இந்தப் பாடல்கள் ஓரளவுதான் சுவையை உண்டாக்கும். அங்கே உண்டாவது வெறும் இலக்கியச் சுவை தான். அநுபூதிமான்களின் பாடலுக்குள் சோதனை செய்யும் கருத்தோடு புகுவதை விட்டு அநுபவத்தைப் பெறும் பக்தியோடும் பரிவோடும் புக வேண்டும். அப்போது அந்தப் பாடல்களைப் பாடின பெரியோர்கள் இன்ன நிலையிலிருந்து பாடியிருக்க வேண்டும் என்ற உணர்வு ஓரளவாவது உண்டாகும். நன்றாக ஈடுபடும் வாய்ப்புக் கிடைத்து விட்டால் இந்தப் பாடல்களிலேயே உள்ளம் உருகிக் கரைந்து புளகம் போர்ப்பக் கண்ணீர் வார நிற்கும் அற்புதமும் நிகழும். யாவும் நாம் அணுகும்போது உள்ள மனநிலையைப் பொறுத்தவை.

அருணகிரிநாதர் பாடல்களில் அப்படி ஆழங்காற்பட்டு மூழ்கி உருகும் இடங்கள் பல உண்டு. நம்முடைய உள்ளத்தின் நுட்ப மான அநுபவ இதழ்கள் மலர்ந்து மணம் பரவி நம்மை மறந்து நிற்கச் செய்யும் ஆற்றல் இப் பாடல்களுக்கு இருக்கிறது.தாயு மானவர் முதலிய அநுபவ ஞானிகள் அவ்வாறு அநுபவித் தவர்கள்.

அலங்காரம் நூறு பாடல்களை உடையது. மேலும் பொங்கி வழிந்தவைபோன்ற ஏழு பாடல்கள் இருக்கின்றன. அவற்றில் ஓரிடத்தில் வந்த கருத்தே வேறு சில இடங்களில் வந்திருக்கும். ஆனால் வெவ்வேறு உருவத்தில் அவை இருக்கும். சில செய்திகளை அருணகிரியார் நேரே சொல்லாமல் கற்பனை நயத்தோடு சொல்லுவார்.

இருந்தப் புத்தகத்தில் கந்தர் அலங்காரம் 39-ஆவது பாடலி லிருந்து 44-ஆம் பாடல் வரையில் ஆறு பாடல்களுக்குரிய விளக்கம் இருக்கிறது. முதல் பாடலில், பிறந்து திரிந்து இறந்து வரும் நிலை மாறி இறைவனோடு ஒன்றுகின்ற முத்தியின்பம் வேண்டும் என்ற வேண்டுகோள் அமைந்திருக்கிறது. இரண்டாவது பாடல், முருகப் பெருமானுடைய திருவடிக்கு ஆளானபிறகு ஊழ் வினையின் உறைப்புப் போய்விட்டது என்ற கருத்தை அழகாகக் காட்டுகிறது. மூன்றாவது பாடல்,

பெண் மயலில் சிக்காமல் இறைவன் திருவடித் தாமரையைப் பற்றிக்கொள்ளும் நெறியைச் சொல்கிறது. நான்காவது பாடல் தலையினால் அவனை வணங்க வேண்டும் என்பதையும் ஐந்தாம் பாடல் கைகளால் அவனைத் தொழ வேண்டும் என்பதையும் குறிப்பிக்கின்றன. ஆறாம் பாட்டு, இந்த உடம்பு அழியுமென்றும் இறைவன் திருவடியே அழியாத புகலிடமென்றும் புலப்படுத்துகிறது,

திருமால் மருகன், மயிலேறிய மாணிக்கம், மாமயிலோன், செவ்வேலவன், குருதேசிகன், குமாரன், சிவபிரான் மகன், முருகன், கிரிதுளைத்தோன் என்று முருகனைப் பாராட்டுகிறார் அருணகிரிநாதர்.

முருகன் திருவருள் கிடைக்குமானால் இவ்வுலகில் உதித்து உழன்று சாவது தீரும்; மனம் அழியும்; தலையெழுத்து அழியும்; வீடு எய்தலாம் என்ற உண்மைகளை இப் பாடல்களில் காணலாம்.

திருமாலின் பெருமை இரண்டு பாடல்களில் வருகின்றன. அவர் அமுதம் கடைந்ததை, "வெற்பு நட்டு உரகபதித் தாம்பு வாங்கி நின்று அம்பரம் பம்பரம் பட்டுழல மதித்தான்"என்று பாராட்டுகிறார். அவர் சேஷ சயனராக இருக்கும் கோலத்தை, 'காலே மிக உண்டு காலே இலாத கணபணத்தின் மேலே துயில் கொள்ளும் மாலோன்"என்று காட்டுகிறார். இராமாவதாரத்தில் சேது பந்தனம் செய்ததை, "கவியாற் கடல் அடைந்தோன்'' என்பதில் கூறுகிறார். சிவபெருமானை, "கணபணக்கட் செவி யால் பணியணி கோமான்"என்கிறார்.

முருகன் கடல் சுவற வேலெறிந்ததையும் கிரவுஞ்ச மலையைத் துளைத்ததையும் சூரனைச் சங்கரித்ததையும் இந்தப் பாடல்களில் அருணை முனிவர் எடுத்துரைக்கிறார்.

பிறருடைய குறைகளைத் தம் குறையாகச் சொல்லிக் கொள்ளும் இயல்புடைய அவர் தாம் 'பாலனைய மொழியார் இன் பத்தைப்பற்றி மால்'கொண்டதாகவும், குமரன் பதாம்புயத்தை வணங்காத் தலை தமக்கு வாய்த்ததாகவும்,

முருகனைப் போற்றி அன்பிற் குவியாக் கரங்கள் தமக்குக் கூடியனவாகவும் கூறுகிறார். ஆனால் ஓரிடத்தில், "ஒரு வீடு எய்தி நிற்க நிற்கும் குணம் காட்டி ஆண்டவன்"என்ற உண்மையையும் வெளிப்படுத்தி விடுகிறார். "அவன் கால் பட்டு அழிந்தது என்தலைமேல் அயன் கை யெழுத்தே"என்றும் தாம் பெற்ற நிலையைப் புலப்படுத்துகிறார்.

வழக்கம்போல இப் பாடல்களுக்கு விளக்கம் கூறும்போது வெறும் சொற்பொருளையோ, சிறப்புரையையோ கூறுவதோடு நான் நிறுத்துவதில்லை. சொற்பொழிவாதலின் அங்கங்கே வரும் கருத்துக்கு விளக்கமும், வரலாறுகளுக்கு விளக்கமும்,உட்கருத்தும், பழைய மரபும் சொல்லி வருகிறேன். அருணகிரியாரின் பாடல்களில் இலக்கணப் பிழை உள்ளதென்று சிலர் கூறக் கேட்டிருக்கிறேன். அது சம்பந்தமான என் கருத்தை முதற்பாட்டின் விளக்கத்தில் காணலாம்; அதனைச் சொல்லாமலே பாடலை விளக்கியிருக்கலாம். நூலைப் பாடியவரைப் பற்றிய செய்திகளைத் தெரிந்துகொண்டால் நூலின்பால் மதிப்பு உண்டாகும் என்று ஆசிரியர்கள் கூறுவார் கள். அதனால் அத்தகைய கருத்துக்களை இடையிடையே சொல்லி வருகிறேன்.

சில கருத்துக்களை விளக்கப் பெரிய புராணம், கம்பராமா யணம், திருமந்திரம்,தேவாரம், திருக்குறள் ஆகியவை உதவுகின்றன.

அவற்றிலுள்ள கருத்துக்களையும் பாடல்களையும் சொல்லி விளக்கும்போது பாட்டிலுள்ள கருத்துக்கள் பின்னும் தெளிவடைகின்றன.

வழக்கம்போல அங்கங்கே சில உவமைகளையும், உவமைக் கதைகளையும் இப்புத்தகத்திலும் காணலாம். சில உரையாடல்களைக் கற்பனை செய்து அமைத்துக் கருத்தை விளங்க முயன்றிருக்கிறேன். சொற்பொழிவில் இவை

கேட்பாருக்குச் சுவையை உண்டாக்கி ஆவலைத் தூண்டும் இயல்புடையவை.

எவ்வளவு பேசினாலும் அதனை அப்படியே சுருக்கெழுத்தில் வடித்துத் தர அன்பர் ஸ்ரீ அனந்தன் இருக்கிறார். முருகன் திருவருள்தான் அவரை எனக்கு உதவி புரிய அனுப்பியிருக்கிறதென்று எண்ணுகிறேன். தேனாம்பேட்டை முருகன் கோயிலைச் சமயச் சொற்பொழிவு நிலையமாக்கிப் பக்தியை வளர்த்துவரும் அக் கோயில் தர்மகர்த்தர்கள் அன்பையும் முருகன் எனக்குக் கிடைக்கும்படி செய்திருக்கிறான்.

'புத்தக வரிசை நீளுகிறதே!'என்று எண்ணும்போதெல்லாம், "அதைப் பற்றிக் கவலைப்படாதீர்கள். எவ்வளவு வேண்டு மானாலும் நீளட்டும்"என்று ஊக்கமூட்டும் அமுத நிலையத் தலைவரும் என் உழுவலன்பருமாகிய ஸ்ரீ ரா. ஸ்ரீ. ஸ்ரீகண்டன் அவர்களுடைய ஆர்வத்தையும் அன்பையும் எப்படி அளவிட்டுச் சொல்வது?

எல்லாம் முருகனுடைய திருவருளே.

"காந்தமலை"
கல்யாண நகர்
சென்னை-28

கி. வா. ஜகந்நாதன்

மயில் ஏறிய மாணிக்கம்

1

கந்தர் அலங்காரச் சொற்பொழிவு தொடங்கிச் சரியாக ஓர் ஆண்டு ஆயிற்று. ஒவ்வோர் ஆண்டின் வளர்ச்சியையும் கணக்குப் பார்க்கும்போது உலகத்து மக்கள் தம் வீட்டில் பிறந்த குழந்தைகள், வியாபாரத்தில் சேர்ந்த ரூபாய், கட்டிய வீடுகள், வாங்கிய நிலங்கள் இவற்றைக் கொண்டு பார்ப்பார்கள். ஆனால் இந்த அடியார்கள் கூட்டத்தில் நாம் பார்க்கிறது ஆண்டவனுடைய அலங்காரம் எவ்வளவு பார்த்திருக்கிறோம் என்கிற கணக்குத்தான். இன்றைக்கு 39-ஆவது பாட்டைப் பார்க்கப் போகிறோம். காப்புப் பாடலோடு 40 பாடல்கள் ஆகின்றன. ஐந்துக்கு இரண்டு பழுது இல்லை என்று பார்க்கிற இந்த உலகத் தில், 52 வாரங்களில் 40 பாட்டுப் பார்த்திருக்கிறோம் என்பது ஒன்றும் பழுது இல்லை அல்லவா? முருகப்பெரு மானின் திருவருளினால் 40 பாடல்களாவது பார்க்க முடிந் ததே என்று மகிழ்ச்சி அடையலாம்.

பஞ்சாமிருதத்தை வெள்ளிப்பாத்திரத்தில் வைத்துக் கொடுத்தால் நன்றாக இருக்கும். வெள்ளிப் பாத்திரம் இல்லை. பிறருக்கு ஈய ஒரு பாத்திரம் வேண்டும்; ஈயப்பாத்திரம் ஒன்று இருந்தால் போதும். அத்தகைய ஈயப் பாத்திரம் ஒன்று உங்களுக்குக் கிடைத்திருக்கிறது. ஈயப் பாத்திரத்தில் வைத்துக் கொடுத்தது என்பதனால் பஞ்சாமிருதம் சுவை குன்றிவிடுமா? பாத்திரம் நன்றாக இல்லாவிட்டாலும் அருணகிரி நாத சுவாமிகள் தந்த கந்தர் அலங்காரப் பஞ்சாமிருதம் உங்களுக்குச் சுவை அளிக்கும். பஞ்சாமிருதம் என்பதற்கு ஐந்து பொருள்கள் கலந்த அமிருதம் என்று பொருள். ஆறுமுகப் பெருமானுக்குப் பஞ்சாமிருதம் விருப்பம். பழனியில் பஞ்சாமிருத அபிஷேகம் சிறப்பாக இருக்கும். அருணகிரி நாத சுவாமிகளும் தமிழ்ப் பஞ்சாமிருதம் செய்தார். ஐந்து இலக்கணங்கள் பொருந்தியது தமிழ் என்று

சொல்வார்கள். ஆறுமுகநாதன் ஐந்து வகையான பொருள்கள் சேர்ந்த இந்தப் பஞ்சாமிருதத்தையும் சுவைக்கிறான்.

தமிழ்ப் பஞ்சாமிருதம்

அருணகிரிநாத சுவாமிகள் செய்திருக்கும் தமிழ்ப் பஞ்சாமிருதம் பழப் பஞ்சாமிருதத்தைவிட ஒரு வகையில் சிறந்தது. அப்பஞ்சாமிருதம் அதிக நாள் இராது. வீட்டில் பண்ணுகிற பஞ்சாமிருதத்தைக் காட்டிலும் பழனியில் பண்ணுகிறது இன்னும் கொஞ்சநாள் அதிகம் இருக்கும் என்று சொல்லலாம். ஆனால் அதற்கும் ஒரு கால எல்லை உண்டு. ஆனால் அருணகிரிநாதர் பதினைந்தாம் நூற்றாண்டிலே இந்தத் தமிழ்ப் பஞ்சாமிருதத்தைச் செய்தார். இப்போது நாம் இருபதாம் நூற்றாண்டில் வாழ்கிறோம். கந்தர் அலங்காரம் தோன்றி 500 ஆண்டுகளுக்கு மேல் ஆகின்றன. அதனாலே அது ஊசிப் போய்விட்டதா? இல்லை. அருணகிரியார் பாடிய பாட்டு 500 ஆண்டுகளாக இருக்கின்றன. இன்னும் எத்தனை ஆண்டுகளுக்கு இருக் கும் என்று சொல்லமுடியாது. நாள் ஆக ஆகத்தான் சில பொருள்களுக்கு உரம் ஏறும். அதிக நாள் வாழ்ந்த மரம் வைரம் ஏறியிருக்கும் என்பர். கந்தர் அலங்கார நூல் மக்கள் உள்ளத்தில் வளர வளர, அதன் உள்ளே இருக்கிற அநுபவ உணர்ச்சிகள் எல்லாம் மனத்தில் சேரச் சேர, அதிகமான இன்ப நலங்கள் உண்டாவதைப் பார்க்கிறோம்.

பக்தருக்கு வாய்த்த பெருமாள்

முருகனிடத்தில் ஈடுபடுகின்ற துடிப்பு இக்காலத்தில் மக்களிடத்திலே தோன்றியிருக்கிறது. கலியுகம் முற்ற முற்றக் கலியுகவரதனின் அருள் முற்றத்தானே வேண்டும்? வேதத்தை வேதியர்கள் விட்டார்கள்; வேள்வியை விட்டார்கள். யோகியர்கள் யோகத்தையும் விட்டார்கள். ஞானிகளைக் காண்பதும் அரிதாகிவிட்டது. மற்ற மக்கள் எல்லாம் தினப்படி செய்ய வேண்டிய கடமைகள் யாவற்றையும் விட்டுவிட்டார்கள். நாட்டிலே பரவிவிட்ட கோடி கோடி

மாயா சக்திகள் கர்மம், யோகம், ஞானம் முதலிய பலவகையான நெறிகளில் சென்று ஈடுபட முடியாத அவல நிலையை ஏற்படுத்தி விட்டன. இப்படி நாட்டிலே கோளாறுகள் அதிகமாக இருந்தபோதிலும் ஒன்று மாத்திரம் தலை நீட்டிக்கொண்டிருக்கிறது. அதுதான் பக்தி நெறி. வழுக்கி விழுபவனுக்கு உதவும் கைக்கோலைப் போன்றது பக்தி. குறைபாடுடைய மனிதர்களுக்கு ஏற்றது பக்தி நெறி. குறைபாடுடைய மனிதர்கள் அதிகமாக இருப்பதனாலே பக்தி நெறி இந்தக் காலத்தில் மிகச் சிறப்பாக இருக்கிறது. கண்ணனும் கந்தனும் எங்கே பார்த்தாலும் உலாவுகிறார்கள். போகும் இடந்தோறும் திருப் புகழ்ப் பஜனை; கண்ணன் பஜனை. இந்த இரு குழந்தை களும் விளையாடுகின்ற உலகத்தில் பக்தி யோகம் சிறந்து வளராமலா இருக்கும்?

"பக்திசித்தி காட்டி அத்தர்சித்தம் மீட்ட
பக்தருக்கு வாய்த்த பெருமாளே"

என்று அருணகிரியார் திருப்புகழில் முருகனைப் பாடுகிறார். 'பக்தியே சித்திக்கு வழிகாட்டி. பக்தி வழியிலே சென்றால் முடிவாகிய சித்தி கிடைக்கிறது'என்று புலவர்கள் சொல்லி யிருக்கிறார்கள். ஆனால் அருணகிரியார் பக்தியே சித்தியாகி விடும் என்ற எளிய வழியைக் காட்டினவர். எப்போது இவ்வுலகத்தில் பக்தி நெறி விரிவாக இருக்குமோ, எப்போது பக்தர்களின் முயற்சி அதிகமாக இருக்குமோ, அப்போது முருகன் பெருமையும், அடியார்களின் பெருமையும் அதிகமாகப் பரவும். பக்தி நெறியிலே கந்தனைப் பற்றிக்கொண்டால் அவனை நினைக்க நினைக்க வருவது இன்பம்; சொல்லச் சொல்லப் பெறுவது இன்பம்; தியானம் பண்ணப் பண்ணக் கூடுவது இன்பம்.

அறிவும் அநுபவமும்

உபநிஷத்து, சாஸ்திரம் முதலிய நூல்களை நன்றாகப் படித்துவிட்டு, "ஆத்மா என்பது என்ன? ஆண்டவன் யார்? பரமேசுவரனுடைய குணங்கள் என்ன?" என்பவற்றைத்

தெரிந்து கொள்வதும் அறிவுதான். இது எழுத்துக் கூட்டிப் படிக்கிற குழந்தைகளின் அறிவைப் போன்றது. எழுத்துக் கூட்டிப் படித்துவிட்டாலும் குழந்தைக்கு அந்நூலின் சுவையைத் துய்க்க முடியாது. அநுபவம் கலந்த அறிவைப் பெற வேண்டுமானால் முயற்சி பண்ண வேண்டும். முயற்சி செய்ய முற்படும்போது நம் முன்னோர்கள் காட்டிய வழியைப் பின்பற்ற வேண்டும். அவ்வழிதான் பக்தி நெறி. அநுபவத்தைப் பெறுவதற்கு உரிய நம்பிக்கையை அளித்து, அநுபவத்தை உண்டாக்கி, முயற்சி உள்ளவர்கள் அதனால் ஏற்படுகின்ற இன்பத்தைத் துய்க்கும்படி செய்வனவாகிய அரிய பாடல்களின் வரிசையில் அருணகிரியாரின் வாக்குகள் அமைந்திருக்கின்றன; மணிவாசகப் பெருமான் பாடிய திருவாசகமும், அப்பர் சுவாமிகள் பாடிய தேவாரமும், அவை போன்ற பிறவும் அத்தகையனவே.

ஒருவன் அடைகிற இன்பத்தைப் பார்த்து, நாமும் அதை அடைய வேண்டுமென்று எல்லோரும் நினைக்கிறார்கள். இது மனித இயல்பு. ஒருவன் ஒரு செயலைச் செய்து துன்புற்றால் அச்செயலை நாம் செய்யக் கூடாது, செய்தால் நாமும் துன்புறும்படி நேரும் என்று அஞ்சுகிறோம்.

2

அருணகிரியார் பாடல்கள்

அருணகிரியார் தம்முடைய பாடல்களில் தமக்குக் கிடைத்த இன்ப அநுபவங்களை மாத்திரம் சொல்லியிருந்தாரானால் அவற்றைப் படிக்கும்போது நாம் வியப்படைவதோடு நிற்போம். அவருடைய அநுபவத்தை நாம் பெறாதவர்கள் ஆகையினாலே, "அப்படி ஏற்படுமா? அது சாத்தியமா?"என்று சில சமயம் யோசனை செய்வோம். ஆனால் அவர் தம்முடைய பாட்டிலே பலவிதமான குறைகளை எல்லாம் எடுத்துச் சொல்லி, "அப்படி இருந்த நான் இத்தகைய இன்பங்களைப் பெறும்படி செய்தாயே!" என்று எம்பெருமானைப் பார்த்துச் சொல்லும்போது, நாமும் அவர் கூறியுள்ள குறைபாடுகள்

எல்லாவற்றையும் உடையவர்களாக இருப்பதனால், 'அடடா, நாமும் அவர் முதலில் இருந்தது போலத்தானே இருக்கிறோம்? அவர் சொல்கிறபடி முருகனை வழிபட்டால் அவர் அநுபவித்த இன்ப நலங்களை நாமும் பெறலாமே!'என்கிற நம்பிக்கை நமக்கு எழுகிறது. முயற்சி செய்ய ஆவலும் எழுகிறது.

தோத்திர நூல்களில் இறைவன் புகழ் மாத்திரம் இராது. அர்ச்சனையும் இருக்கும். குறைபாடுகளைச் சொல்லி வருந்துவதும் இருக்கும். சாஸ்திர நூல்களில் இறைவனின் இயல்பும் தத்துவங்களின் இலக்கணமும் இருக்கும். கந்தர் அலங்காரத்திலே உயர்ந்த நிலையில் இருப்பார்களுக்கு ஏற்ற பொருள்களும் இருக்கின்றன. மிகவும் இழிந்த நிலையில் உள்ளவர்களும் மேல் நிலைக்குப் போவதற்கான வழிகளும் இருக்கின்றன.

அருணகிரியாரின் பாடல்கள் அற்புதமான கண்ணாடியாக அமைந்திருக்கின்றன. அந்தக் கண்ணாடி ஒரே சமயத்தில் நமக்கு முருகப் பெருமானையும் காட்டுகிறது. நமது அலங்கோல வாழ்வையும் காட்டுகிறது. அருள் பெறாமல் அவல நிலையில் உழன்று கொண்டிருக்கும் நம்மையும் காட்டி, அருள் வழங்கும் வள்ளற்பிரானாகிய முருகனையும் காட்டுகிற அருணகிரியாரின் தோத்திரப் பாடல்கள் சாஸ்திரத்தில் உள்ள உண்மையையும் நமக்குப் புலப்படுத்து கிறது.

வெறும் சாஸ்திர அறிவு

வெறும் சாஸ்திரம் மாத்திரம் படித்தவன் பூகோள ஆசிரியரைப் போன்றவன். அமெரிக்காவுக்குப் போகாமலேயே அமெரிக்காக் கண்டத்தைப் பற்றியும், அதில் ஓடுகின்ற நதிகள், அங்குள்ள மலைகள் முதலியவற்றைப் பற்றியும் பூகோளப் புத்தகத்தில் படித்துவிட்டுப் பலருக்குச்

சொல்லிக் கொடுக்கிறார் பூகோள ஆசிரியர். பூகோளம் கற்காமலேயே அமெரிக்காவிற்குச் சென்று அங்கே உள்ள வற்றை எல்லாம் நேரிலே பார்த்து வந்தவன் ஒருவன் பூகோள ஆசிரியரிடம், "ஐயா, நான் அமெரிக்காவிலுள்ள வாஷிங்டன் நகரைப் பார்த்தேன். அமேசான் நதியைப் பார்த்தேன்"என்று சொன்னால், "ஆமாம், ஆமாம். அமெரிக்காவில் அவை இருப்பதாகத்தான் பூகோள புத்தகம் சொல்கிறது. நீ சொல்வது உண்மை. அவற்றை நீ நேரிலேயே பார்த்தாயா?"என்று சொல்வார். அப்படி அருணகிரியாரின் வாக்குகளின் மூலம் புலனாகின்ற அநுபவ உண்மைகளினூடே சாத்திரக் கருத்துக்கள் இருக்கின்றன. அமெரிக்காவுக்குப் போகாத ஒருவனுக்குப் பூகோள புத்தகத்திலுள்ள அறிவு இருக்கும். ஆனால் அதில் இருக்கிற தப்பைத் திருத்த முடியாது. அமெரிக்காவுக்கு நேரிலே போய் வந்தவனோ பூகோள புத்தகத்தைப் பார்க்காமலேயே உண்மையை உணர முடியும். அதில் பிழை இருந்தாலும் திருத்த முடியும்.

வேத சாஸ்திரங்களைக் காட்டிலும், தமிழ் வேதமாகிய தோத்திரங்கள் சிறந்தவை என்று சொல்வதற்குக் காரணம் இதுதான். வேதம் சொல்லியிருப்பதை எல்லாம் தோத் திரம் சொல்கிறது. ஆனால் வேதத்தில் இல்லாத சில அநுபவ விஷயங்களும் தோத்திரத்தில் இருக்கின்றன. அந்தத் தோத்திரத்தை யாரிடத்திலிருந்து பெறுகிறோமோ அவர்களுடைய சொந்த அநுபவங்களுக்கு ஏற்ப அது பின்னும் உயர்ந்திருக்கிறது. அப்படி அருணகிரியாருடைய அநுபவத்தின் பொங்கலாக விளைந்தது தான் கந்தர் அலங்காரம்.

நல்ல புலமை உள்ளவர்கள் பல பாடல்களைப் பாடலாம். அநுபவம் இல்லாத வெறும் புலமை உடையவர்கள் பாடிய பாடல்களை நாம் பாடும்போது நம் மனம் குழையாது; கரையாது. புலமை இல்லாவிட்டாலும் அநுபவ முதிர்ச்சி பெற்ற ஞானவான்களின் வாயிலிருந்து வரும் பாடல்களில் மனத்தையே நெகிழ வைக்கும் தன்மை இருக்கும். அத்தகைய

பாடல்களில் இலக்கண அமைதி இல்லாமலிருந்தாலும் அதைப் பற்றிக் கவலைப்பட வேண்டாம்.

இலக்கண அமைதி

ஒரு தமிழ்ப் புலவருக்கு ஒரு சின்னக் குழந்தை. அவர் வீட்டிற்குள் நுழையும்போது, "அப்பா, நாளைக்கு வந்தாரே ஒரு மாமா, அவர் நேற்று வருவாரா அப்பா?'என்று கேட்கிறது. “நாளைக்கு என்பது எதிர்காலம். நாளைக்கு வந்தாரே என்று இறந்த காலத்தில் சொல்வது பிழை. நேற்று என்பது இறந்த காலம். அதோடு வருவாரா என்று எதிர்கால வினை வருவது பிழை. "ஏன்டா பிழையாகச் சொன்னாய்?” என்று தம் குழந்தையின் கன்னத்தில் அடிப்பாரா அந்தப் புலவர்? அக் குழந்தையை வாரித் தூக்கி முத்தமிட்டுக் கொள்வார். தம்முடைய குழந்தையின் இனிய சொற்களைக் கேட்கும்போது அவர் மனம் குழைகிறது; அன்பு பொங்குகிறது. அன்பு மீதூர்ந்து மனம் குழைந்துவிட்டால் குற்றமா தோன்றும்?

இப்படித்தான் ஞானிகள் தங்களுடைய அநுபவத்தைச் சொன்ன பாடலைப் பார்க்கும்போது அதிலுள்ள இலக்கணக் குறைபாடுகளை நீக்கிப் பார்த்தார்கள் பெரியோர்கள். சில புலவர்கள் அக்காலத்தில் அருணகிரியாரின் பாடல்களிலும் இலக்கணக் குறைகள் உள்ளன என்று சொன்னார்கள்.

நந்தனார் சரித்திரக் கீர்த்தனை

நந்தனார் சரித்திரக் கீர்த்தனையைப் பற்றி நீங்கள் கேட்டிருப்பீர்கள். பக்தி மயமான பாட்டுக்கள் அவை. அவற்றைப் பாடியவர் கோபாலகிருஷ்ண பாரதியார். அவர் நல்ல சிவ பக்தர். சங்கீதத்தில் வல்லவர். மகாவித்துவான் மீனாட்சி சுந்தரம் பிள்ளை அவர்கள் இருந்த காலத்தில் வாழ்ந்தவர் அவர்.

ஒரு சமயம் கோபால கிருஷ்ண பாரதியார் தாம் இயற்றிய நந்தனார் சரித்திரப் பாடல்களைக் காரைக்காலில் காலட்சேபம் செய்து வந்தார், ஒரே கூட்டம். இரவு எட்டு மணிக்குக் காலட்சேபம் ஆரம்பித்தால் மறுநாள் காலை ஐந்து மணிக்குத்தான் முடியும். அக் கூட்டத்திற்குப் பொது மக்கள், வியாபாரிகள் ஆகிய எல்லோரும் வருவார்கள். அரசாங்க உத்தியோகஸ்தர்களும் வருவார்கள். இவர்கள் காலையில் பத்துமணிக்குக் காரியாலயங்களுக்குப் போனால் தலை சுற்றும். நந்தனார் சரித்திரத்தை, தங்களை மறந்து, இரவு முழுவதும் கேட்டவர்கள் அல்லவா? அவர்கள் தூங்கி வழிவதை வெள்ளைக்கார அதிகாரி பார்த்தார். யாராவது ஒருவன் தூங்கினால் அவனைத் திருத்தலாம். எல்லோரும் உறங்கும்போது என்ன செய்வது? அவர் அவர்களைக் கூப்பிட்டு, "ஏன் தூங்குகிறீர்கள்? இரவு தூங்காமல் என்ன செய்தீர்கள்?" என்று கேட்டார். அதற்கு அவர்கள், "இங்கே பெரியவர் ஒருவர் வந்திருக்கிறார். இரவு முழுவதும் கால க்ஷேபம் பண்ணுகிறார். அதைக் கேட்டு வருகிறோம்'என்று சொன்னார்களாம். "போலீஸ்காரனை விட்டு அவரைத் துரத்து'என்று சொல்லவில்லை அந்த அதிகாரி. அத்தனை பேரையும் மயக்குகின்ற அந்தச் சரித்திரம் என்ன?" என்று கேட்டாராம்.

ஒரு பஞ்சமன் எம்பெருமானிடத்தில் கொண்ட பக்தியினாலே அருள் பெற்ற வரலாறு அது. அதைப் பாடினவர் ஒரு பிராமணர் என்று சொன்னார்கள்."அப்படியா? அதை அவசியம் நான் வந்து கேட்கவேண்டும்"என்று சொல்லி அன்றைத் தினம் அவரும் அங்கே சென் றிருந்தாராம். பாரதியாரின் கதையை ஆயிரக்கணக்கான மக்கள் மிக்க சுவாரசியமாக ரசித்ததைப் பார்த்து, எல்லா மக்களையும் மயக்குகின்ற இது நிச்சயமாகச் சிறந்ததாக இருக்கவேண்டும் என்று கண்டு, அதை நானே அச்சிட்டுத் தருகிறேன்"என்று சொல்லி அச்சிட்டுக்கொடுத்தார் அந்த துரை. அவர் பெயர் சிஸே.

சிறப்புப்பாயிரம் பெற்றது

தாம் இயற்றிய நந்தனார் சரித்திரப் பாடல்களுக்குப் பல இடத்திலே சிறப்புப்பாயிரம் வாங்குவதற்குப் பதிலாக மீனாட்சிசுந்தரம் பிள்ளை அவர்களிடத்திலே வாங்கி விட்டால் போதும் என்று நினைத்தார் கோபாலகிருஷ்ண பாரதியார். அதற்காக அடிக்கடி பிள்ளையவர்களைச் சந்தித்துக் கேட்டு வந்தார். பிள்ளையவர்களுக்கு ஒரு நினைவு. "வருகலாமோ"என்பது போன்ற சொற்கள் பாரதியாரின் பாடல்களில் இருந்தன. 'வருகலாமோ என்ற சொல்லே தமிழில் இல்லையே. இலக்கணப் பிழை உள்ள பாடல்களுக்குச் சிறப்புப் பாயிரம் வழங்குவது சரியல்லவே'என்று எண்ணினார். ஆனால் அதை அவரிடம் சொல்லவில்லை. உங்கள் பாட்டுக்களை எவ்வளவு பேர் கேட்டு ரசிக்கிறார்கள். அதற்குள்ள பெருமை எவ்வளவு ! அதற்கு நான் சிறப்புப் பாயிரம் கொடுக்கவேண்டுமா?" என்று சொல்லித் தட்டிக் கழித்து வந்தார். பாரதியாரும் விடாமல் அடிக்கடி சென்று வந்தார்.

ஒரு நாள் பகல் நேரத்தில் பிள்ளையவர்களைப் பார்க்கப் பாரதியார் சென்றார். எப்போதும் அப்புலவர் பெருமான் பிற்பகலில் சிறிது நேரம் உறங்குவது வழக்கம். அன்றைக் கும் அவர் உறங்கிக்கொண்டிருந்தார். அதனால் வீதித் திண்ணையிலே உட்கார்ந்திருந்தார் பாரதியார். சங்கீதம் தெரிந்தவர் சும்மா இருப்பாரா? தாம் இயற்றியுள்ள நந்தனார் சரித்திரப் பாடல்களை மெள்ள ராகம் போட்டுப் பாரதியார் பாட ஆரம்பித்தார். குரல் கேட்ட மாத்திரத்திலேயே புலவர் விழித்துக்கொண்டார். ஆனாலும் கண்ணைத் திறக்காமலேயே அந்தப் பாடல்களைப் படுத்த படியே கேட்கலானார். பக்தி வளம் நிரம்பிய அந்தப்பாட்டு அவரை உருக்கிவிட்டது. பாரதியார் மற்றொரு பாட்டுப் பாடினார். புலவர் தமிழை மறந்தார். மூன்றாவது பாட்டுப் பாடும்போது அவர் புலமையை மறந்தார். நான்காவது பாட்டுப் பாடி முடித்தார்

பாரதியார். புலவர் திலகர் சட்டென்று எழுந்திருந்து திண்ணைக்கு வந்து, அதிக நேரம் உட்கார்ந்திருக்கிறீர்கள் போலிருக்கிறது! மன்னிக்க வேண்டும். இதோ உங்கள் நூலுக்குச் சிறப்பாயிரம் தருகிறேன்'' என்று சொல்லி உடனே ஒரு செய்யுள் பாடிக் கொடுத்துவிட்டார். பாரதியாரின் பாடலில் புலமை குறைவாக இருக்கலாம். ஆனால் இறைவன் திருவருள் அநுபவம் இருந்ததாகையால் பிள்ளை அவர்களின் நெகிழச் செய்து கவர்ந்துவிட்டது.

இலக்கியத்துக்கு இலக்கணம்

மனத்தையே பக்திச் சுவை ததும்ப, அநுபவ முதிர்ச்சியை அள்ளிக் கொட்டும் பாடல்களில் புலமை குறைவாக இருப்பது தவறு ஆகாது. "ஆரிஷம் "என்று ஓர் இலக்கண விதி உண்டு. நல்ல அநுபவம் உடைய பெரியவர்கள் பாடியவை இலக்கண விதிகளோடு பொருந்தாமல் இருந்தாலும் அவை ஏற்றுக்கொள்ளத் தக்கனவே. ஆரிஷம் என்பது ரிஷிகளின் முறை என்ற பொருளுடையது. "இலக்கியம் கண்டதற்கு இலக்கணம் இயம்புவது "முறை.

இதைக் கொண்டு நாம் இலக்கணப் பிழையையுடைய பாட்டுக்களைப் பாடலாமா ? நாமும் ரிஷிகளானால் பாடலாம்.

தேவாரம், சாஸ்திரம் இரண்டிலும் தேவாரம் சாஸ்திரத்தையும் விடச் சிறந்தது எனக் கருதுவதற்குக் காரணம் தேவாரம் நம் நெஞ்சத்தை நெகிழ வைக்கிறது. அதற்குக் காரணம் அதைப் பாடியவர்கள் சிறந்த அனுபவிகளாக இருந்தார்கள். அந்தப் பாடல்களைச் சொல்லும் போதே, 'நமக்கு அந்த நிலை வரவில்லையே!'என்னும் ஏக்கம் உண்டாகிறது. ஏங்குகிற இடத்தில் தான் நெகிழ்வு உண் டாகிறது. உருக்கம் அதற்கு அப்பால் உண்டாகும். ஏங்கத் தெரிந்தால் உருகத் தெரிந்து கொள்ளலாம். கத் தெரிந்தால் புலம்பத் தெரிந்து கொள்ளலாம். புலம்பத் தெரிந்தால் ஆண்டவன் அருள் கிடைக்கும்.

கடந்த ஓர் ஆண்டாக ஆண்டவனை நினைந்து நினைந்து, ஏங்கி உருகிப் புலம்புவதற்கு அடித்தளமாக அருணகிரியார் அமைத்துக் கொடுத்த அலங்காரப் பாடல்களில் நாற்பது பாட்டுக்களைப் பார்த்திருக்கிறோம் என்பதில் நம் எல்லோருக்கும் ஒரு பெருமிதம் உண்டாகிறது. அருணகிரியார்தாம் எம்பெருமானின் சிறப்பை எந்த எந்த வகைகளில் எல்லாம் எடுத்துக் கூறி நமது மனம் அவனைப் பற்றுக்கோடாகக் கொண்டு உய்ய வழி காட்டுகிறார்! இன்று மாணிக்கம் போன்ற பாட்டைப் பார்க்கப் போகிறோம்.

3

மாணிக்கம் செக்கச் செவேல் என்று இருக்கும். உதய சூரியனின் நிறம் எப்படி இருக்கிறது? அந்தச் சிவப்பு ஒளி நம்மை அதிகமாகக் கவர்வதற்குக் காரணம் நீலப் பெருங்கடலுக்கு மத்தியிலே, நீல வானின் அடிவிளிம்பிலே தோன்றுவதால் தான். அப்படித் தோன்றுகிறான் முருகன். முருகன் மயிலின் மேலே வரும் காட்சி அவ்வாறு இருக்கிறது. வெறும் சிவப்பு ஓர் அழகு. பச்சைக்கு நடுவில் வைத்துப் பார்த்தால் பின்னும் அழகாக இருக்கும். பச்சை மயிலுக்கு நடுவிலே சிவந்த ஒளிப் பிழம்பாகிய முருகன் மாணிக்கமாகத் திகழ்கிறான் என்பதை இந்தப் பாட்டிலே அருணகிரியார் சொல்கிறார்.

அமுதம் கடைந்தது

தேவர்களுக்கு ஒரு நாள் ஓர் ஆசை தோன்றியது. உலகில் இருக்கிற மக்களும் சாகிறார்கள். நாமும் சாகிறோமே! சாவாமல் இருப்பதற்கு ஏதாவது மருந்து வேண்டும். மூலிகைகளை எல்லாம் கொண்டு வந்து கலுவத்தில் அரைத்துச் சாப்பிடலாமா? அது நம் பெருமைக்கு அடுக்காது'என்று யோசனை பண்ணினார்கள். 'வேதங்களில் சொல்லப் பட்டிருக்கிறதே அமிருதம் என்ற ஒன்று, அதை எப்படி அடைகிறது?'என்று அவர்கள் நினைத்துக்

கொண்டிருந்தபோது பாற்கடலில் பள்ளி கொண்ட பெருமான் அவர்களுக்கு உபகாரம் செய்ய வந்தார். "தேவர்களே, நான் பாற்கடல் பள்ளியை விட்டு எழுந்து விடுகிறேன். நீங்கள் இந்தப் பாற்கடலைக் கடைந்தால் அமிருதம் கிடைக்கும்'' என்று யோசனையும் சொல்லிக் கொடுத் தார்.

பாற்கடலைக் கடைவதானால் நல்ல மத்து வேண்டுமே! உலகத்திலேயே மிகப் பெரிய மலையாக இருப்பது மகாமேரு. அதில் உள்ள ஒரு சிகரம் மந்தரம். அதைக் கொண்டு வந்தார்கள். அதை மத்தாக வைத்துக் கொண்டார்கள். மத்து இருந்துவிட்டால் போதுமா? தூண் வேண்டுமே! அமிருதத்தைக் கடையும்போது நல்ல பொருள் ஒன்று தூணாக இருந்தால்தான் அமிருதத்தின் சுவை கெட்டுப் போகாது. அமிருத மயமாக இருக்கிறவன் சந்திரன். ஆகவே சந்திரனே அதற்கு ஏற்ற தூண் என்று தேவர்கள் முடிவு செய்தார்கள். மத்தைச் சுற்றிக் கடைவதற்குக் கயிறு வேண்டும். நெளிவு சுளுவாக இருக்கக் கூடியதையே தேர்ந்தெடுக்க வேண்டும்; அது மந்தர மலையைச் சுற்றக் கூடியதாகவும் இருக்க வேண்டும். ஆகவே அதற்கு வாசுகி என்னும் பாம்பே சரியானது என்று முடிவு செய்தார்கள்.

மந்தரத்தை மத்தாகக் கொண்டு, சந்திரனைத் தூணாக வைத்து, வாசுகியைக் கயிறாக்கித் தேவர்கள் பாற்கடலைக் கடைந்தார்கள். கடையும்போது சட்டி சாயாமல் இருக்க வேண்டும். இங்கே பாற்கடலை அடைகல்லாகத் தாங்க வைகுண்டவாசியே கூர்மமாக உரு எடுத்தார். கடையும்போது தேவர்கள் கை சலித து்ப் போய்விட்டது. திருமால் ஒரு கை கொடுத்தார். போதாததற்கு ஆலகால நஞ்சு வேறு எழுந்து விட்டது. தேவர்கள் இறைவனை முதலில் மதிக்காவிட்டாலும், ''பரமேசுவரா, இதை நீ சாப்பிட்டு எங்களைக் காப்பாற்ற வேண்டும்"என்று இப்போது போய்ச் சரணாகதி அடைந்தார்கள். பெருங்கருணைவடிவான பரமேசுவரன் நஞ்சை உண்டு அவர்களுக்கு வாழ்வு அளித்தான். மறுபடியும் அவர்கள் கடைந்தார்கள். அமிருதம் வந்தது. உடனே, ''எனக்கு உனக்கு"என்று தேவர்களுக்கும்

அசுரர்களுக்கும் சண்டை மூண்டு விட்டது. திருமாலே அப்போதும் மோகினி உருவம் எடுத்துக் கொண்டு வந்து அமிருதம் பரிமாறினார். தேவர்களை ஒரு பக்கமாகவும், அசுரர்களை ஒரு பக்கமாகவும் உட்கார வைத்துத் தேவர்களின் வரிசையில் முதலில் படைக்க ஆரம்பித்தார், அசுரர்கள் அமிருதத்தை மறந்து மோகினியின் அழகிலே சொக்கிப் போனார்கள். அமிர்தம் முழுவதையும் தேவர்களுக்கு வழங்கி மறைந்தாள் மோகினி.

திருமாலின் உதவி

தேவர்கள் அமிருதத்தை உண்பதற்கு மூலகாரணமாக இருந்தவர் திருமால். இதை இந்துக்களாகிய நாம் நம்பினாலும் நம்பாவிட்டாலும் சிலப்பதிகாரத்தில் சைனராகிய இளங்கோவடிகள் இதைப் பற்றிச் சொல்லியிருக்கிறார்.

***"வடவரையை மத்தாக்கி வாசுகியை நாணாக்கிக்
கடல்வண்ணன் பண்டொருநாள் கடல்வயிறு கலக்கினையே!
கலக்கியகை யசோதையார் கடைகயிற்றாற் கட்டுண்கை.
மலர்க்கமல உந்தியாய்! மாயமோ மருட்கைத்தே!"***

"ஆண்டவனே, என்ன ஆச்சரியம்! தயிர் கடையும் பழைய கயிறு ஒன்றினாலே யசோதை உன் இரு கைகளை யும் கட்டிவிட்டாளே. அந்தக் கடை கயிற்றுக்குக் கட்டுப் பட்டவை பண்டொரு நாள் கடலைக் கலக்கினாயே, அந்தக் கைகளா? வடவரையாகிய மந்தரத்தை மத்தாகக் கொண்டு, வாசுகியைக் கயிறாகக் கொண்டு பாற்கடலைக் கலக்கிய கை இன்று யசோதையின் கடை கயிற்றுக்குக் கட்டுபட்டன என்றால் நம்ப முடியுமா? இது என்ன மாயமோ?" என்று வியப்பு அடைகிறார் இளங்கோவடிகள். சிலப்பதிகாரத் தில் ஆய்ச்சியருடைய குரவைக்கூத்தை வருணிக்கும் வாயி =லாக இந்தப் பாட்டு வெளிப்படுகிறது.

தேவர்கள் அமிருதத்தைச் சாப்பிட்டு விட்டதனாலே தங்களுக்கு இனி மரணம் இல்லை என்று தலை தருக்கி நின்றார்கள். அவர்களுடைய செருக்கு அதிகமாகிவிட்டது. அவர்கள் அமிருதம் சாப்பிட்டதால் பூர்ண ஆயுளோடு வாழ்ந்தார்களே தவிர, அழிவில்லாமல் நிலையாக இருக்கவில்லை. அவர்களை அழிக்கச் சூரன் தோன்றியவுடன் எத்தனைபேர் மாண்டிருக்கிறார்கள்! மிருத் என்றால் மரணம். அமிருதம் என்றால் மரணத்தை நீக்குவது என்று பொருள். அற்ப ஆயுசு இல்லாமல் பூரண ஆயுசோடு வாழ வைக்கும் அமிருதத்தை தேவர்களுக்கு வழங்கினார் திருமால்.

வெற்பு நட்டுஉரக
பதித்தாம்பு வாங்கிநின்று அம்பரம் பம்பரம் பட்டுஉழல
மதித்தான்.

அருளமுதம்

திருமாலின் மருகனாகிய முருகன் என்ன பண்ணுகிறான் தெரியுமா? அருளாகிய அமிருதத்தைத் தன் அடியார்களுக்கு வழங்குகிறான். திருமால் வழங்கிய அமிருதம் இடைக்காலத்தில் வருகின்ற மரணத்தைத்தான் நீக்கிற்று. ஆனால் அவருடைய மருகன் வழங்கும்

அருளாகிய அமிருதம் கடைக் காலத்தில் வருகின்ற மரணத்தையும் நீக்கும் சக்தி உடையது. இதைச் சாப்பிட்ட மனிதன் எப்படி இருப்பான்? சாவாமல் இருப்பான். பிறக்காதவன் சாக முடியாது; பிறந்தவன் சாகத்தான் வேண்டும். பிறப்பையே நீக்கும் அமிருதத்தை முருகன் வழங்குகிறான். பிறப்பு நம்முடைய தீய வினையினால் வருவது. வினை ஒரு நிலையில் கட்டுப்படாமல் திரிகின்ற மனத்தினால் விளைவது. ஒரு நிலைப்படாமல் திரிகின்ற மனத்தைக் கட்டுப்படுத்தி யவன் மிகப் பெரியவன்.

**"நிலையில் திரியா தடங்கியான் றோற்றம்
மலையினும் மாணப் பெரிது"**

என்கிறார் வள்ளுவர். மலை கொஞ்சங்கூட அசையாமல் இருக்கிறது. அதைக் காட்டிலும் பெருமை உடையவன், ஆண்டவன் திருவருள் ஒன்றையே பற்றிக்கொண்டு மனம் ஆடாமல் ஓடாமல் அசங்காமல் இருக்கும் இயல்பைப் பெற்றவன்.

மனம் நிலைபெறுதல்

நின்ற இடத்திலேயே நிலைத்து இருக்கும் ஒன்று ஆடாமல் அசங்காமல் இருக்கிறது என்பது ஆச்சரியமா? ஒரு பாத்திரத்தில் தண்ணீர் எடுத்து ஓர் இடத்தில் வைத்து விட்டால் நீர் அப்படியே அசங்காமல் இருக்கிறது. ஒருவன் தன் தலையில் நீர் நிரம்பிய பாத்திரத்தை வைத்துக் கொண்டு ஓடுகிறான். அந்தப் பாத்திரத்திலுள்ள நீர் அப்போது அசங்காமல் இருந்தால் அதுதான் ஆச்சரியம் அல்லவா? அப்படி ஒரே இடத்தில் நின்றுகொண்டிருக்கும் மலை சலிக்காமல் இருப்பதில் பெருமை என்ன? மற்ற மற்ற மக்களைப் போலவே ஒருவன் தினப்படி வேலை செய்கிறான்; மனைவி மக்களோடு வாழ்கிறான்; சாப்பிடுகிறான். ஆனால் அவன் உள்ளம் மலையைப்போலவே நிலைத்து இருக்குமானால் அவன் மலையையும் விடப் பெருமை உடையவன் அல்லவா?

அப்படி மலைபோல் நிலைத்து இருக்கும் மனம் இல்லாமல் எத்தனை மக்கள் திரிகிறார்கள்! திரியாமல் வீட்டில் ஒரே இடத்தில்தான் உட்கார்ந்திருக்கிறான் என்று வைத்துக் கொள்வோம். அப்போது அவன் உடம்பு திரியவில்லை. ஆனால் அவன் உள்ளம் அலைகிற அலைச்சலுக்கு முடிவே இல்லை. நோய்வாய்ப்பட்டிருக்கும் ஒருவன் படுத்த படுக்கையாய்த்தான் கிடக்கிறான். ஆனால் அவன் மனம் எங்கு எங்கெல்லாம் சுற்றித் திரிகிறது! ஒரு நிலையில் நிலைத்து இருக்கிறதா? தூங்குகிறோம். உடம்பு கட்டையாகக்

கிடக்கிறது. ஆனால் சொப்பனத்திலே எங்கெங்கோ நம் மனம் சுற்றிச் சுற்றித் திரிகிறது. ஆகவே உடம்பு அசையாமல் இருக்கிறவர்கள் எல்லாம் ஒரே நிலையில் இருப்பவர்கள் என்று சொல்ல முடியாது.

சதாசிவப் பிரம்மேந்திர சரஸ்வதிகள் பெரிய ஞானி. அவர் எங்கும் தங்காமல் சுற்றிக்கொண்டே இருந்தார். உடல் ஓடிக்கொண்டிருந்ததே தவிர அவர் உள்ளம் ஒரே நிலையில் இருந்தது. சரீரம் உட்கார்ந்திருந்தும் உள்ளம் நமக்கு ஓடிக்கொண்டிருக்க, அவருக்கு உடல் ஓடிக் கொண்டிருந்தும் உள்ளம் நிலைத்து இருந்தது. நின்றும் இருந்தும் கிடந்தும் நடந்தும் அவருடைய உள்ளம் எம் பெருமானின் திருவடியிலேயே நிலைத்து இருந்தது. உலகம் முழுவதும் சுற்றிச் சுற்றி வந்தாலும் அத்தகையவர்களுடைய உள்ளத்தின் நிலை மாறுவது இல்லை.

உதித்து உழல்வது

பிறக்கலாம். பிறப்பது தவறு அன்று. பிறந்தவன் இறக்கத்தான் வேண்டும். ஆனால் பிறந்து திரிகிறானே, மனம் ஒரு நிலைப்படாதவாறு உழல்கிறானே, அவன் தவறு இழைக்கிறான். பலவிதமான அழுக்குக்களை பூசிக் கொள் கிறான். உடம்பில் சேர்த்துக் கொள்கிற அழுக்கை நீரினாலே போக்கிக் கொள்ளலாம். ஆனால் உள்ளத்திலே பூசிக் கொள்கின்ற அழுக்கைப் போக்க வழி இல்லை.

"துணி வெளுக்க மண்ணுண்டு எங்கள் முத்து மாரியம்மா தோல்
வெளுக்கச் சாம்பருண்டு எங்கள் முத்து மாரியம்மா
மணிவெளுக்கச் சாணை உண்டு எங்கள் முத்து மாரியம்மா
மனம் வெளுக்க வழியில்லை எங்கள் முத்து மாரியம்மா"

என்று பாரதியார் பாடினார். மனத்தில் உள்ள மாசுகள் எல்லாம் நீங்க வேண்டுமானால் மனத்திலே இறைவனைக் கொண்டு வந்து வைக்க வேண்டும். அப்போதுதான் இன்பம் பெருகும். எம்பெருமான் உள்ளத்தில் வந்து அமர வேண்டுமென்றால்

உழன்று உழன்று திரிகிற மனம் நிலைக்க வேண்டும். மனம் நிலைக்கின்ற தன்மையே நமக்கு வரவில்லையே!

மூன்று தொழில்

பிறக்கிறோம், உழல்கிறோம், சாகிறோம். பிறந்து பிறந்து உழன்று சாகிற நம்மைக் காப்பாற்ற வேண்டுமென்றே ஆண்டவன் கங்கணம் கட்டிக் கொண்டிருக்கிறான். நாம் செய்கிற பாவங்களினாலே பிறக்கிறோம். பிறந்து உழல்கிறோம். உழன்று உழன்று இறக்கிறோம். பிறந்து உழன்று இறக்கிற நம்மை ஒழுங்குபடுத்த அவன் மூன்று மூர்த்திகளை நியமித்திருக்கிறான். ஒரு ஜில்லாக் கலெக்டருக்குக் கீழே இரண்டு மூன்று டெபுடி கலெக்டர் கள் வேலைகளைப் பகிர்ந்துகொண்டு செய்வது இல்லையா? அப்படிப் பிறப்புக்களை ஒழுங்குபடுத்தப் பிரம்மா, உழல் வதை ஒழுங்குபடுத்த விஷ்ணு, இறப்பதைச் சரிக்கட்ட ருத்திரன் ஆக மூன்று மூர்த்திகள் ஏற்பட்டிருப்பதற்குக் காரணமே நம்முடைய பாவங்கள் தாம்.

"நீ வேறு, நான் வேறு"என்று வேறுபடுத்திப் பார்க்கும் வரையில் மனம் ஒரு நிலைப்படாமல் திரிந்து கொண்டே இருக்கிறது. என்றைக்கு, "நீ வேறு அல்ல; நான் வேறு அல்ல"என்னும் மனோபாவம் வருகிறதோ அப்போது மனம் ஒன்று படுகிறது. நம் மனம் எந்த நிலையில் நின்று ஒன்றுபட்டாலும் அந்த நிலைக்கு இறங்கி நமக்கு அருள் செய்ய எம்பெருமான் ஓடோடியும் வருவான்.

இறைவன் இறங்கி வருதல்

நமக்குத் தனிப்பட்ட ஆற்றல் இருந்தால்தான் எம் பெருமான் இருக்கும் நிலையை அடையமுடியும். அது மிகவும் அரிது.

இறைவனோ பெருங் கருணையால் நாம் இருக்கும் நிலைக்கு இறங்கி வருகிறான்.

மதுரையில் எழுந்தருளியிருக்கும் சொக்கநாதப் பெருமான் பன்றிக்குட்டிகளுக்குப் பால்கொடுத்தார் என்று ஒரு திருவிளையாடல் உண்டு. பன்றி ஒன்று குட்டிகளை ஈன்று இறந்துவிட்டது. தாயின் பிரிவைச் சகிக்க மாட்டாமல் கதறிய பன்றிக் குட்டிகளுக்கு எம்பெருமான் தாய்ப்பன்றியாக உருவெடுத்துப் பால் கொடுத்தான் என்பது அந்த வரலாறு. எம்பெருமானின் கருணை எந்தக் கடை நிலத்திற்கும் இறங்கி வரும் என்பதை இந்தக் கதையினால் நாம் தெரிந்துகொள்ள வேண்டும்.

எம்பெருமான் கீழே இறங்குவதால் அவனுக்கு மாசு ஏற்படாதா எனச் சிலர் கேட்கலாம். ஒருவன் கிணற்றில் விழுந்துவிட்டான். மற்றொருவன் அவனைத் தூக்கக் கிணற்றிலே குதிக்கிறான். முன்னவன் விழுந்ததும், பின்னவன் விழுந்ததும் ஒன்றாகுமா? முன்னவன் தற்கொலை செய்துகொள்ள வேண்டுமென்றோ, கிணறு இருக்கிறது என்று அறியாமையினாலோ விழுந்திருக்கலாம். பின்னவன் அவனைக் காப்பாற்ற வேண்டுமென்ற கருணையினால் விழுகிறான். அப்படி நாம் இருக்கும் கடை நிலைக்கு எம்பெருமான் இறங்கி வந்தாலும் நம்மைப்போல அவன் மாசுபட மாட்டான். தன்னுடைய கருணை மிகுதியினாலே அவன் இறங்கி வருகிறான்.

நமக்காக உத்தியோகம் பார்க்கும் மூன்று மூர்த்திகளுக்கு வேலை இல்லாமல் போகக்கூடாதே என்றோ என்னவோ நாம் பலவிதமான பாவங்களைச் செய்து பிறந்து, உழன்று, செத்துக்கொண்டே வருகிறோம். முடிவில்லாப் பிறவிக் கடலில் ஆழ்ந்து, எல்லையில்லாத் துன்பத்தை அநுபவித்து வருகின்ற நமக்கு உய்வு அருளித் தேவர்களுக்குக் கிடைக்காத அமிருதத்தை ஊட்டி நம்மைப் பிறக்காமல், உழலாமல், சாகாமல் செய்கின்ற ஒருவன் இருக்கிறான். அவனுடைய செயல், தேவர்களுக்கு மாத்திரம் அமிருதம் கொடுத்த செயல்

போன்றது அல்ல. ஏதோ ஒரு காலத்தில் கொடுப்பான் என்பதும் அன்று. நேற்றைக்கும் கொடுத்தான்; இன்றும் கொடுக்கிறான்; நாளைக்கும் கொடுப்பான். யாருக்கும் கொடுப்பான். ஆயிரம் பேராக வந்து, வரிசையாக உட்கார்ந்தால்தான் கொடுப்பேன் என்று பிகு பண்ணிக்கொள்பவன் அல்ல. ஒருவன் வந்தாலும் கொடுப்பான்; பலர் வந்தாலும் அருள்வான். வேண்டுகிற பேர்களுக்கு வேண்டிய வண்ணம் கொடுப்பான். தேவர்களுக்கு அமிருதம் கொடுத்துப் பழகிய மாமாவின் மருகன் ஆகிய அவன் உலகத்திலுள்ள ஆன்மாக்களுக்கு நிரதிசய இன்பத்தை அளிக்கும் அருளாகிற அமிருதத்தை வேண்டும்போது கொடுக்கும் வள்ளலாக இருக்கிறான்.

காலம் உண்டோ?

அப்பனே, இதோ கையை நீட்டுகிறேன். கொஞ்சம் பாரேன். நானும் பிறந்து, உழன்று, இறந்துகொண்டிருக்கும் இனத்தைச் சேர்ந்தவன்தான் அப்பா. உதித்து ஆங்கு உழல்வதும் சாவதும் தீர்த்து எல்லோரையும் ஆண்டு கொள்ளும் வள்ளலே, எனக்கு உன் அருள் கிடைக்குமா? கிடைக்குமானால் அது எந்தக் காலம் என்று கொஞ்சம் சொல்லமாட்டாயா?"என்று கேட்பதைப் போல இந்தப் பாட்டிலே பாடுகிறார். மரத்தடியில் உட்கார்ந்திருக்கும் சோதிடனிடத்தில் கை நீட்டிப் பலன் கேட்பவரைப் போலக் கேட்கிறார்.

தித்தாங்கு உழல்வதும் சாவதும் தீர்த்தெனை உன்னிலொன்றா
விதித்து ஆண்டு அருள் தரும் காலம் உண்டோ?

"நீ வந்து என்னை ஆண்டருள மாட்டாயா?"எனக் கேட்க வில்லை. அவன் அருள் கிடைக்க வேண்டுமென்றால் நமக்கு நல்ல காலம் வரவேண்டுமே; மனப் பக்குவம் ஏற்படவேண்டுமே'என்று எண்ணி, "நீ வந்து ஆண்டருளும் காலம் எனக்கு உண்டா அப்பா?" என்று கேட்கிறார்.

அவன் அருளாகிற அமிருதத்தை வழங்குவான் என்று அருணகிரிநாதருக்குத் தெரியும். காரணம் அவன் எந்தக் குடும்பத்தில் வந்திருக்கிறான்?

வெற்பு நட்டு உரக
பதித்தாம்பு வாங்கி நின்று அம்பரம் பம்பரம் பட்டுழல
மதித்தான்

ஆகிய திருமாலுக்கு மருகன் அவன்.

வெற்பு நட்டு.

மேரு கிரியாகிய மலையைப் பாற்கடலுக்குள் நட்டு மத்தாக வைத்துக்கொண்டார்கள்.

உரகபதித் தாம்பு வாங்கி நின்று.

உரகபதி - நாகங்களுக்குத் தலைவன். ஆதிசேஷன் என்பாரும் உண்டு; வாசுகி என்பாரும் உண்டு. பாம்புகளுக்குத் தலைவனாகிய வாசுகியைக் கயிறாக வாங்கி இழுத்தார்கள்.

அம்பரம் பம்பரம் பட்டுழல.

ரெயில்வண்டி போகிற வேகத்திலே கீழே கிடக்கும் பொருள்கள் எல்லாம் பறக்கின்றன. அப்படி மேரு கிரியை மத்தாக வைத்து, உரகபதியாகிய வாசுகியைக் கயிறாகக் கொண்டு பாற்கடலைக் கடைந்த வேகத்திலே, அம்பரம் ஆகிய ஆகாசம் பம்பரம் போலச் சுழன்றது.

மதித்தான் திருமருகா!

மதித்தல் - கடைதல். அப்படிக் கடைந்தவன் திருமால். அவனுடைய அருமையான மருகன் முருகன். அவனைப் பார்த்து வேறு ஓர் அமுதத்தைக் கேட்கிறார். "அப்பனே, எனக்கு உன்னுடைய அருளாகிய அமிருதம் கிடைக்கும் காலம் உண்டா?"என்று கேட்கிறார்.

ஒட்ட வைத்தல்

பாற்கடலில் இருந்து வந்த அமிருதம் யாரையாவது ஒட்ட வைத்ததா? அமிருதம் வருவதற்கு முன்பும் சண்டை தான். அது வந்த பிறகும், "எனக்கு, உனக்கு?"என்ற சண்டைதான். அமிருதத்தை வழங்கும்போதாவது திருமால் அசுரர், தேவர் என்ற பாகுபாடு இல்லாமல் எல்லோரையும் சேர்த்துவைத்துக் கொடுத்தாரா? அசுரர்களையும் தேவர்களையும் தனித்தனியாகப் பிரித்து வைத்துத் தேவர்களுக்கு வழங்கினார். அசுரர்களுக்கு அந்த அமிருதம் ஒட்டவில்லை. முருகன் வழங்குகின்ற அமிருதம் அப்படிப்பட்டது அன்று. "நீயும், நானும் ஒட்டிக்கொள்ளும்படி செய்யுமே, இந்த அமிருதம்"என்கிறார் அருணகிரியார்-

உதித்தாங்கு உழல்வதும் சாவதும் தீர்த்தெனை
உன்னில்ஒன்றாய்
விதித்து ஆண்டு அருள் தரும்.

உதித்து - பிறந்து. ஆங்கு உழல்வதும்- உலகத்திலே சதா உழன்று ஒரு நிலைப்பட்டு நில்லாமல் திரிவதும். சாவதும் மரணம் அடைவதும். தீர்த்து-இல்லாமல் ஒழித்து.பிறப் பிப்பது பிரம்மாவின் தொழில். உழலச் செய்வது திருமாலின் செயல். சாகச் செய்வது ருத்திரன் வேலை. இந்த மூன்று மூர்த்திகளுக்கும் நம்பால் வேலை இல்லாமல் செய்வான்.

என்னை உன்னில் ஒன்றாய் விதித்து.

'நான் வேறு, நீ வேறு என்று வேறுபடுத்தாமல்,என்னையே உன்னில் ஒன்றாகக் கலந்து, ஒன்றுபட விதிக்க வேண்டும்.

ஆண்டு அருள் தரும் காலம் உண்டோ?

"அப்படி ஆண்டு, அருளாகிற அமிருதத்தைத் தருகின்ற காலம் உண்டா?"என்கிறார் அருணகிரியார்.

பாற்கடலில் பிறந்த அமிருதம் தேவர்களையும் அசுரர் களையும் வேறுபடுத்தியது போல் அல்லாமல் எம்பெருமான் வழங்கும் அருள் அமிர்தம், "நான் வேறு, நீ வேறு'' என்ற வேறுபாட்டுணர்வையே போக்கிவிடும். இரண்டு என்பதே இல்லாமல் அவனுக்குள்ளே நாம் அடங்கிவிடுவோம். எம்பெருமானுக்குள் ஒன்றாகவே கலந்து விடுகின்ற தன்மை உண்டாகிவிடும்.

"இறவியொடு பிறவி அற நீயும் நானுமாய்
ஏகபோகமாய் இறுகும்வகை பரமசுக மதனை அருள்"

என்று திருப்புகழில் சொல்வது போலவே, இங்கே,

உன்னில் ஒன்றா விதித்து ஆண்டு அருள் தரும்
காலம்உண்டோ?

என்று கேட்கிறார்.

எம்பெருமான் அருளென்னும் அமிருதத்தை வழங் கவே காத்துக் கொண்டிருக்கிறான். ஆகவே, "தரமாட்டாயா?'' என்று கேட்கவில்லை. "எனக்குக் கிடைக்கிற காலம் உண்டா?'' என்று கேட்கிறார். வினாவாகக் கேட் டாலும் இங்கே, "கிடைக்கிற காலம் உண்டு"என்கிற பொருளையே கொடுக்கும். நம் வீட்டிற்குள் வருகிற ஒருவர், "என்ன ஐயா, இன்றைக்கு உங்கள் வீட்டில் சாப்பாடு உண்டா?"என்று கேட்டுக் கொண்டே வந்தால், "இல்லை"என்றா சொல்லி அவரைப் போகச் செய்கிறோம்? அவர்தாம் போவாரா? "உங்கள் வீட்டுக்கு வந்துவிட்டேன்; சாப்பாடு போடுங்கள்"என்கிற பொருளில் தானே, அவர், "சாப்பாடு உண்டா?'' என்று கேட்கிறார்? அதுபோல, ‘‘அருள் தரும் காலம் உண்டோ?"என்று கேள்வியாக இருந்தாலும், "அருள் தரும் காலம் உண்டு. நீ தரத்தான் வேண்டும். நான் பெறத்தான் வந்திருக்கிறேன்'' என்று பொருள்படும். அதுமாத்திரம் அல்ல. "மேரு மலையை மத்தாகக் கொண்டு, வாசுகியைத் பாம்பாக வைத்து, அம்பரம் பம்பரம் பட்டுழலப் பாற்கடலைக் கடைந்தவனுடைய மருகன் நீ"என்று சொல்லும் போதே,

"மாமாவைப் போல நீயும் எனக்கு அமிருதம் வழங்கத்தான் வேண்டும்; உன் அருளாகிய அமிருதத்தை வழங்கு"என்று கேட்பதாகவே ஆகும்.

மாணிக்கம்

பாற்கடலைக் கடைந்த திருமாலுடைய மருகன் எப்படி இருக்கிறான்?

மயில் ஏ றிய மாணிக்கமே!

சாவுக்குக் காரணமான விஷத்தைப் போக்க அமிருதத்தை உண்ண வேண்டும். விஷத்தைத் தருவது பாம்பு. அதற்கு விரோதி கருடனும், மயிலும். மயில் மேல் எழுந் தருளியிருக்கும் முருகவேளின் திருவுருவப் படங்களைப் பார்த்திருக்கிறீர்களே; அப் படங்களில் எம்பெருமான் வாகனமாகிய மயில் தன் காலின் கீழே பாம்பை மிதித்துக் கொண்டிருப்பதைக் காணலாம். நஞ்சு தரும் பாம்பை மயில் மிதித்துக் கொண்டிருக்கிறது. எம்பெருமானின் திருவடி படவேண்டும் என்பது கூட இல்லை. எம்பெருமானின் வாகனமாகிய மயிலின் அடிபட்டாலே போதும்; நஞ்சு கக்கும் பாம்பு சுருண்டு தன் ஆற்றலை இழந்து விடுகிறது. ஐந்து தலைகளை உடையது அந்த நாகம். மனம் என்பதும் ஒரு நாகந்தான். ஐந்து பொறிகளாகிய தலைகளை உடையது அது. அது நஞ்சைக் கக்குகிறது. ஐந்து தலைகளாகிய ஐந்து இந்திரியங்களை வைத்துக் கொண்டு இந்த நாகம் ஆகிய மனசு நஞ்சைக் கக்குகிறது. அதனால் துன்பம் உண்டாகிறது.

நாகமும் நஞ்சும்

நாகம் நஞ்சை மாத்திரம் கக்காது. மாணிக்கமும் அதனிடத்திலிருந்துதான் உண்டாகிறது. நாகம் நஞ்சைக் கக்காமல் நெடுங்காலம் பாதுகாத்து வைத்திருந்தால் அந்த நஞ்சே இறுகி மாணிக்கமாகிறது என்று சொல்வார் கள். நமது

மனமாகிய நாகமும், ஐந்து இந்திரியங்களின் வழியாக நஞ்சைக் கக்காமல் இருந்தால்,நஞ்சே மாணிக்க மாகிறது.

நமது மனம் நமக்குத் தீங்கு விளைப்பதற்கு மாறாக நன்மையையே உண்டாக்கும். நஞ்சைக் கக்கும் நிலையில் இருந்தால் நெஞ்சு பொல்லாததாக இருக்கும். ஐந்து பொறிகளாகிய வாயின் வழியே நஞ்சைக் கக்காமல், உள்ளே அதையே மாணிக்கமாக இறுக வைத்து விட்டால் நம் நெஞ்சே நமக்கு நல்லதாக இருக்கும். ஐந்து தலை நாகத்தை நஞ்சு கக்காமல் அமிழ்த்தி வைத்திருப்பது மயில். உலகத்தின் மாயையிலே சிக்கி, மையல்பட்டு, ஐந்து தலைகளாகிய ஐந்து பொறிகளின் வாயிலாக நஞ்சைக் கக்காமல் மனமான நாகம் அமிழ்ந்து கிடக்கும்படியாக எம்பெருமானின் மயில் வாகனம் நம் உள்ளத்திலே வந்து விட்டால் போதும். நஞ்சு கக்குகின்ற இடமாகிய மனத் திலேயே மாணிக்கமாகிய முருகன் வந்துவிடுவான்.

மயில்

கீழே பார்க்க வேண்டாம். பார்த்தால் மயிலின் காலடியில் சிக்கிக் கிடக்கின்ற பாம்பின் படத்தைக் கண்டு பயம் தோன்றும். நிமிர்ந்து நேரே பார். நீலவண்ண மயில் தோன்றும். உன் பார்வை ஆரோகண கதியில் செல்லட்டும். மறுபடி மேலே பார். நீலவண்ணத்துக்கு மேலே செக்கச்செவேல் என்று ஒளிவிடுகின்ற மாணிக்கம் தோன் றும். பச்சை வண்ணத்துக்கு மேலே தெரிகின்ற மாணிக் கத்தின் பெருமையை, கருணை மிகுதியை, பச்சை வண்ண முடைய மயிலே உனக்குத் தெரிவிக்குமே! "எம்பெருமானுக்கு விரோதியாகிய சூரனாக நான் இருந்தேன். எம் பெருமானை எதிர்த்தே போரிட்டேன். இருந்தும் அந்த மாணிக்கப் பெருமான் தன்னுடைய கருணை மிகுதியாலே என்னை ஆட்கொண்டு விளங்க வைத்தார்; என்னை அழிக்கவில்லை பார்" என்று அது சொல்லுமே. அத்தகைய மயிலேறிய மாணிக்கத்தைப் பார்த்து, "என்னை உன்னோடு

சேர்த்துக்கொள்ளும் காலம் உண்டோ?" என்று கேட் கிறார் அருணை முனிவர்.

உதித்தாங்கு உழல்வதும் சாவதும்
தீர்த்தெனை உன்னில்ஒன்றா
விதித்துஆண்டு அருள் தரும் காலம்உண்
டோவெற்பு நட்டுஉரக
பதித்தாம்பு வாங்கிநின்று அம்பரம்
பம்பரம் பட்டுழல
மதித்தான் திருமரு கா! மயில்
ஏறிய மாணிக்கமே!

[உலகில் பிறந்து அங்கே திரிவதையும் சாவதையும் போக்கி என்னை உனக்குள் கரைந்துவிடும் ஒன்றாக அமைத்து, ஆண்டு கொண்டு அருள்தரும் காலம் ஒன்று உண்டோ? மந்தர மலையை மத்தாக நட்டு, பாம்பரசனாகிய வாசுகியென்னும் கயிற்றை இழுத்து நின்று, ஆகாசம் பம்பரம் போன்ற நிலையை அடைந்து சுழலப் பாற்கடலைக் கடைந்த திருமாலின் அழகிய மருமகனே! மயில் மேல் எழுந்தருளிய மாணிக்கம் போன்றவனே!

ஆங்கு - 'அப்படியே என்றும் கொள்ளலாம். உன்னில் ஒன்றா விதித்து ஆண்டு அருள் தருதல் என்பது அத்வைத முத்தியை அருளுவதைக் குறித்தது. உரகபதி - அரவரசன். வாங்கி - இழுத்து. அம்பரம் - ஆகாசம். மதித்தான் - கடைந்தவன்.]

அழிந்த எழுத்து

இறைவனுடைய திருவருட் பெருமையை மக்கள் எல்லோரும் உணர்வதற்கு, அவனுக்கு அலங்காரம் செய்து எழுந்தருளச் செய்வது உலகினர் வழக்கம். உள்ளே இருக்கிற சிறிய மூர்த்திக்கு எவ்வளவு பெரிய கோயில்களை இந்த நாட்டில் கட்டியிருக்கிறார்கள்! வாகனம், தேர் முதலியவைகளின் மேல் ஆண்டவனுக்கு மிக்க அலங்காரம் பண்ணி ஊர்வலமாக எழுந்தருளச் செய்வதும் மக்களுடைய உள்ளத்தை அவன் பக்கம் ஈர்க்க வேண்டுமென்பதற்காகச் செய்யும் விளம்பரமே. பொருள் எத்தனை உயர்வுடையதாக இருந்தாலும் அதற்கும் விளம்பரம் வேண்டுமென்ற யுகத்தில் நாம் இன்று வாழ்கிறோம். பொல்லாத சரக்குகளுக்குக் கூட பெரிய விளம்பரங்கள் செய்து நம்மை மதி மயங்க அடித்து விடுகிறார்கள், இந்த இருபதாம் நூற்றாண்டில். ஆனால் பழங்காலத்தில் நல்ல பொருள்களுக்குத்தான் விளம்பரம் செய்தார்கள். எல்லோரும் அவற்றை நுகர வேண்டுமென்ற நினைப்பினால், "நான் பெற்ற இன்பம் பெறுக இவ்வையகம்"என்று விளம்பரம் செய்தார்கள். இறைவனுக்கு உருவம் கொடுத்து, அவ் வுருவம் நம் மனத்தில் நன்றாகப் பதிய வேண்டுமென்ற கருத்தோடு அலங்காரம் செய்து காட்டினார்கள். தம் பெண்ணை நல்ல மாப்பிள்ளை கைக்கொள்ள வேண்டுமென்ற கருத்தால் நல்ல நல்ல ஆபரணங்களால் அலங்காரம் செய்து நிறுத்தும் தாயைப் போல, ஆண்டவனுடைய திருவருளினால் இன்ப அநுபவங்களைப் பெற்ற நம் நாட்டுப் பெரியோர்கள் மற்ற வர்களும் அவனைப் பற்றுக்கோடாகக் கொண்டு இன்பங்களைத் துய்க்க வேண்டுமென்ற பேராவலோடு அவனுக்கு அலங்காரம் செய்தார்கள்.

பா அலங்காரம்

அப்படிப் பண்ணுகிற அலங்காரங்கள் சில காலமே இருக்கும்.

மலர், ஆடை, நகை முதலியவைகள் எல்லாம் ஒரு கால எல்லைக்குள் அடங்கியவைகளே. பண்ணின அலங்காரம் மங்காமல், மறையாமல், ஒளி வீசிக்கொண் டிருக்கக்கூடிய வண்ணம் தமிழ்ச் சொல்லால் அலங்காரம் செய் என்று ஆண்டவனே அர்ச்சனை பண்ணுகின்ற ஒரு குருக்கள் ஐயாவினுடைய குழந்தையைப் பார்த்துக் கூறினான். பல மலர்களால் நாள்தோறும் பூசை செய்யும் கடமையை மேற்கொண்ட சுந்தரமூர்த்தி நாயனாரிடம், "அர்ச்சனை பாட்டேயாகும் ஆதலால் மண்மேல் நம்மைச், சொற்றமிழ் பாடு கென்றார் தூமறை பாடும் வாயார்"என்று சேக்கிழார் பாடுகிறார்.

சுந்தரருடைய திருவாக்கினாலே சூட்டப்படுகின்ற நல்ல சொல் மலர் மாலையை அணிந்துகொள்ள வேண்டுமென்று ஆண்டவன் விரும்பினான். அந்த மாலை அந்தக் காலத்தில் மட்டும் மணத்தைத் தருவதோடு நில்லாமல் எல்லாக் காலத்திலும் மணத்தைத் தரக்கூடியது. வேறு வேறு காலத்தில் வருகின்றவர்கள் யார் யார் படித்தாலும் அவர்கள் உள்ளம் நைந்து உருகச் செய்வது.

அருணகிரியார் செய்தது

ஆகையால் மலர் மாலைகளால் எம்பெருமானுக்கு அலங்காரம் செய்வதைவிடச் சொல் மாலைகளால் அலங்காரம் பண்ணி மக்களுடைய உள்ளத்தில் இறைவனது நினைவைப் பதியச் செய்யலாம் என்று நினைத்தார் அருணகிரிநாதப் பெருமானும். அந்த நினைவில் எழுந்த சொல்வளம் மிக்க மாலைதான் கந்தர் அலங்காரம். அந்தச் சொல் வளத்தையும் ஆண்டவன் அருளாலேயே அவர் பெற்றிருந்தார்.

"அருணதள பாத பத்மம் அதுநிதமு மேதுதிக்க
அரியதமிழ் தானளித்த மயில்வீரா"

என்று திருப்புகழில் பாடுகிறார். ஐந்து இலக்கணங்களும் பொருந்திய அழகான தமிழை, தமிழுக்குத் தலைவனாக விளங்கும் முருகப் பெருமான் உலகத்திற்கு வழங்கினான். சிவபெருமானிடத்திலிருந்து அகத்தியர் நேரே தமிழைக் கற்றாலும், அவருக்கு இலக்கணம் சொல்லிக் கொடுத்தவன் குமார நாயகன். அது மாத்திரம் அன்று. சங்கத்திலே தலைமைப் புலவராக வீற்றிருந்த நக்கீரர் எழுதிய இறையனாரகப் பொருள் உரையே சிறந்த உரை என்பதை நீதிபதியாக இருந்து நிறுவினவன் முருகன். இப்படிப் பல வகையாலும் தமிழை ஒளி மிக்கதாக அவன் வளர்த்ததற்குக் காரணம் தன் அழகிய பாதத்தைத் தமிழிலே பாடவேண்டுமென்பதற்காகத்தான். ஆகையால் அருணகிரியார் அழகிய பெருமானை அழகான தமிழால் அலங்காரம் செய்தார். சொல்லாகிய வாடா மலர்களால் தொடுத்த அலங்கார மாலையைச் சூட்டி அப்பெருமானின் திருவருள் எல்லார் உள்ளங்களிலும் பதிவு பெறும் வண்ணம் செய்தார்.

2
பிள்ளைத் தமிழ்

ஆண்டவனுக்குச் சொல் மாலைகளால் அலங்காரம் செய்யும்போது, தமிழில் எத்தனை வகையான அழகுகள் உண்டோ அத்தனை வகைகளாலும் அலங்காரம் பண்ணிக் களிப்பார்கள் புலவர்கள். பெரிய கடவுளையும் சிறு குழந்தையாகப் பாவித்து வர்ணித்துப் பாடுகின்ற சிறு நூலுக்குப் பிள்ளைத் தமிழ் என்று பெயர். முருகப் பெருமானைக் குழந்தையாகப் பாவிக்க வேண்டிய அவசியம் இல்லை. என்றென்றைக்கும் அவன் குழந்தை தானே? அவனுடைய திருமேனிக்கு அலங்காரம் பண்ணும்போது குழந்தையின் திருவிளையாடல்கள் பலவற்றையும் பாடு கிறார். அத்தகைய பாடல்களை முன்னாலே பார்த்தோம். சரவணப் பூந்தொட்டிலில் ஏறிப் பாலுக்காக அறுவர் கொங்கை விரும்பி விம்மி விம்மி அழுகின்ற குழந்தையாகப் பார்த்தோம். அப்புறம் கிண்கிணி ஓசை படத் திடுக்கிட்டு

அரக்கர் வெருவரத் திக்குச் செவிடுபட்டு எட்டு வெற்பும் கனகப் பருவரைக் குன்றும் அதிர அசைந்த அழகைப் பார்த்தோம். அதற்கு அப்பால் எம் பெருமான் எழுந்து உட்கார்ந்துகொண்டு பன்னிரண்டு கைகளையும் சேர்த்துச் சப்பாணி கொட்டும் ஷண்முகநாத னாக விளங்குவதைப் பார்த்தோம்.

சிற்றிற் பருவம்

இப்போது அவன் தளர் நடை போடுகிறான். அவனுடைய சின்னஞ் சிறு திருவடி பட்ட மாத்திரத்திலே என்ன அற்புதம் நிகழ்ந்தது என்பதை இந்தப் பாட்டிலே சொல்ல வருகிறார்.

பிள்ளைத் தமிழிலே ஆண்பாலைப் பற்றிச் சொல்லும் போது சிற்றில் பருவம் என்று ஒரு பருவம் வரும். கிராமங்களிலே உள்ள தெருக்களில், கார் வராத வீதியில், தார் போடாத திரு வீதியில், சின்னஞ்சிறு குழந்தைகள் விளையாடிக் கொண்டிருக்கும். இளமைப் பருவத்தில் ஆண் குழந்தைகளும் பெண் குழந்தைகளும் சேர்ந்து விளையாடினாலும் அந்த விளையாட்டிலும், ஆணுக்கு ஆணின் இயல்பும், பெண்ணுக்குப் பெண்ணின் இயல்பும் வெளிப்படுவதைப் பார்க்கலாம். வீதியிலே கிடக்கும் மண்ணைப் பெண் குழந்தைகள் சிறு சிறு செப்புகளிலே எடுத்து வைத்துக்கொண்டு சோறு சமைப்பதாகவும், அந்தச் சோற்றைத் தன் கணவனுக்கும் குழந்தைக்கும் போடுவதாகவும் பாவித்து விளையாடும். இது பெண் குழந்தைகளுடைய இயற்கை. வீடு கட்டுவதும் அப்படித் தான்.

மண்ணைக் குவித்து வீடாகக் கட்டி அதற்குத் தன்னைத் தலைவியாகப் பாவித்துக்கொண்டு மணற் சோறு ஆக்கும். அக்குழந்தைக்குக் கணவனாக இருந்து விளையாடும் ஆண் பிள்ளை, பொருள் சேகரித்து வர வெளியே போகிறவனைப் போல அப்பால் சென்று நிற்பான். திடீர் என்று ஓடி வந்து தன்னுடைய காலினாலே அப் பெண் குழந்தை கட்டியிருக்கும் மணல் வீட்டைச் சிதைப்பான். "டேய், டேய், இந்தச்

சிற்றிலைச் சிதைக்காதேயடா" என்று சொல்வாள் பெண் குழந்தை.

குழந்தை. அப்படிச் சொல்வது போன்ற பாவனையில், "அடியேம் சிற்றில் சிதையேலே" என்று பாடிச் சிற்றில் பருவத்தை அமைப்பார்கள்.

காலால் அழித்தல்

இந்தச் சிற்றிற் பருவம் அருணகிரியாருக்கு நினைவு வந்தது. மற்றக் குழந்தைகள் எல்லாம் பாதையில் இருக்கிற சிற்றிலைச் சிதைப்பார்கள். முருகப் பெருமானோ உயிருக்கு இல்லாகிய உடம்பை வராமல் செய்து பிறப்பையே அழித்து விடுகிறவன்.

அவன் ஒன்றை அழித்து விளையாடுகிறான். எதை அழிக்கிறான்? மண்டை ஓட்டின் மேல் எழுதப்பட்ட எழுத்தை அழிக்கிறானாம். மற்றக் குழந்தைகள் பெண்களின் உள்ளத்திலே கவலை உண்டாக்குவது போல அவன் அழிக்கவில்லை. கவலைப்படுகிற மக்களின் துன்பங் களுக்குக் காரணமான தலை எழுத்தையே அழித்து, முத்தி இன்பத்தை வழங்குகிறான்.

அவன்
கால்பட்டு அழிந்ததுஇங்கு என்
தலைமேல் அயன் கையெழுத்தே

என்று பாடுகிறார்.

எழுதின பிள்ளை

தலையின்மேலே எழுதித் தொலைக்கின்ற அந்த அயன் யார்? திருமாலின் பிள்ளை "திருமாலின் பிள்ளையாகிய அயன் என் தலைமேலே கையால் எழுதிய எழுத்தைச் சிவ பெருமான் பிள்ளையாகிய முருகன் தன் காலால் அழித்து விட்டான். ஒரு

பிள்ளை கையாலே எழுதிய எழுத்தை இந்தப் பிள்ளை காலாலே அழித்தான்"என்று சொல்கிறார் அருணகிரியார்.

ஒரு வைஷ்ணவ பக்தர் திருமாலிருஞ் சோலைமலையில் உள்ள திருமாலிடத்தில் முறையிட்டுக் கொள்கிறார்.

"அழகா, உன் பிள்ளை பண்ணுகிற அக்கிரமம் சொல் லொணாதது. உன் குடும்பத்திலே ஒரு மகனாகப் பிறந்து, நாலு தலை படைத்திருக்கிறானே, அவனுக்குக் கொஞ்சமாவது புத்தி இருக்க வேண்டாமா? உன் குடும்பத்திலே பிறந்த மகிமையினாலே எல்லா வேதங்களையும் சொல்கிறான். இருந்தும் அவன் என்ன பண்ணுகிறான் தெரியுமா?"என்று சொல்ல ஆரம்பிக்கிறார்.

நம் வீட்டில் ஒரு குழந்தை இருக்கிறது. அது நன்றாகப் படிக்க வேண்டுமென்று பள்ளிக்கூடத்திலே சேர்த்திருக்கிறோம். பலகை வாங்கிக் கொடுத்திருக்கிறோம். பள்ளிக்கூடத்தில் படிக்கும் பாடத்தைப் பலகையிலே எழு தினால் நமக்குக் குழந்தையிடம் ஆசை வளர்கிறது. ஆனால் அந்தக் குழந்தை கரித்துண்டை எடுத்துக் கொண்டு சுவரிலே எழுதினால் நமக்குக் கோபந்தான் வரும்.

அதைப்போலப் பிரமா என்ற குழந்தை இருக்கிறதாக அந்த பக்தர் அழகரிடம் முறையிடுகிறார். "அழகா, உன் பிள்ளை பண்ணுகிற அக்கிரமத்தைப் பார்த்தாயா? மென்மையான இடத்திலே அரி என்று எழுதத் தெரியவில்லை. வன்மையான இடத்தில் எது எதையோ கிறுக்கித் தள்ளுகிறானே. இது நியாயமா?" என்று கேட்கிறார்.

"மலைக்குமேல் மலைவிளக்காம் அழகா! வேத
வான்குதலை நான்குதலை மகனார் வாளா
தலைக்குமேல் எழுதுகின்றார்".

"மலைக்குமேல் விளக்குப் போட்டாற்போல இருக்கும் அழகா, உன் பிள்ளையாண்டானைப் பற்றி என்ன சொல்வது? அவன் உளறினாலும் அது வேதமாக இருக்கிறது. வேதத்தை

மழலைப் பேச்சிலே சொல்கிறான். உன் பிள்ளையாகப் பிறந்ததனால் இந்தப் பழக்கம் ஏற்பட்டிருக்கிறது''.

"வேத வான்குதலை நான்குதலை மகனார்"

என்று தொடங்குகிறார்.

ஒரு பெரிய உத்தியோகஸ்தர். அவருக்கு ஒரு சிறிய பிள்ளை; மிகவும் துஷ்டப் பிள்ளை. வீட்டு வேலைக்காரனைக் காலாலும் கையாலும் உதைக்கிறான். வேலைக்காரனுக்கு மிக்க கோபம் வருகிறது. வீட்டு எசமானரின் குழந்தையாகையால் அக் குழந்தையைத் திருப்பி அடிக்க மனம் துணியவில்லை. வேகமாகப் போய் எசமானரிடமே முறையிட்டுக் கொள்கிறான். "சாமி, சின்ன எசமானர் காலாலும் கையாலும் என்னை உதைக்கிறார்"என்று சொல்கிறான். அந்தக் குழந்தையிடம் அவனுக்குக் கோபம் இருந்தாலும், "அவன் உதைக்கிறான்'' என்று சொல்லாமல், "சின்ன எசமானர் உதைக்கிறார்'' என்று மரியாதையாகச் சொல்கிறான். அந்தக் குழந்தைக்காக இல்லாவிட்டாலும், அதைப்பெற்ற தன் எசமானருக்கு மரியாதை கொடுக்கத் தானே வேண்டும்?

அப்படி இந்தப் பக்தர் சோலைமலை அழகரிடம், ''உன்னுடைய மகனார் இன்னது செய்கிறார்'' என்று சொல் கிறார்.

"வாளா
தலைக்குமேல் எழுதுகின்றார் அரி என்று எங்கள்
தாலத்தின் மேல்எழுதச் சமர்த்தி லாரோ?"

உடம்புக்குள்ளேயே மிகவும் வன்மையான பொருள் மண்டை ஓடு. மிகவும் மென்மையானது நாக்கு. "எல்லா வேதங்களையும் நன்கு தெரிந்து கொண்டிருக்கிற இந்தக் குழந்தை மிகவும் மென்மையான என் நாக்கிலே எழுதக்

கூடாதா?'' என்று கேட்கிறார். தாலம் நாக்கு. தாலம் என்பதற்குப் பனை என்றும் ஒரு பொருள் உண்டு, "ஓட்டிலே எழுதுகிறானே; அரி என்று ஏட்டிலே எழுதக் கூடாதா?"என்று வேறு ஒரு பொருள் தோன்றுகிறது. "ஓட்டிலே எழுதாமல், ஏட்டிலே அரி என்று அரிச்சுவடி எழுதக்கூட உன் பிள்ளைக்குச் சமர்த்து இல்லையே!"என்று முறை யிடுகிறார்.

"மலைக்குமேல் மலைவிளக்காம் அழகா வேத
வான்குதலை நான்குதலை மகனார் வாளா தலைக்குமேல்
எழுதுகின்றார் அரியென் றெங்கள்
தாலத்தின் மேல்எழுதச் சமர்த்தி லாரோ?"

வாளா என்பதற்கும் இரண்டு பொருள் உண்டு. சும்மா என்றும் வாளைப்போலத் துன்புறுத்த என்றும் இரண்டு பொருள் கொள்ளலாம். "ஒரு பயனும் இல்லாமல் சும்மா தலையிலே எழுதுகிறானே!"என்பது ஒரு பொருள் "வாளைப்போல எங்களுக்குத் துன்பத்தைத் தர எழுது கிறானே!'' என்பது மற்றொரு பொருள்.

தலை எழுத்து என்கிற விவகாரம் எப்போது வருகிறது என்று பாருங்கள். நமக்கு ஆயிரம் ரூபாய் வருகிறது; அல்லது நம் குழந்தை பரீட்சையில் தேர்ச்சி பெறுகிறான்.

"எல்லாம் என் தலை எழுத்து"என்று யாராவது சொல்வார் களா? தேர்தலுக்கு நிற்கிறார். லட்சக்கணக்கில் பணத்தைச் செலவழிக்கிறார். தோற்றுப் போகிறார். என்ன சொல்கிறார்? "எல்லாம் தலை எழுத்து"என்கிறார். நல்லது, கெட்டது எல்லாமே தலை எழுத்தினால்தான் விளைகின்றன என்றாலும் தலை எழுத்தைச் சொல்லும்போது துன்பங்களையே நினைப்பது வழக்கமாகிவிட்டது.

எல்லாத் துன்பங்களும் தலை எழுத்தால்தான் உண் டாகின்றன. தலை எழுத்தையோ மாற்ற முடியாது என்று சொல்கிறார்கள். அந்தத் தலை எழுத்துக்கு உட்பட்ட மக்க மாற்ற முடியாது. ஆனால் தலையிலே எழுதுகிறவனுடைய தலையிலேயே ஒரு குட்டுக் குட்டி அடையாளம் பண்ணின ஆண்டவனுக்கா தலை எழுத்தை மாற்ற முடியாது? "அவன் என் தலை எழுத்தை அழித்து விட்டான்"என்கிறார் அருணகிரியார்.

"இங்கு, வன்மையான என்னுடைய தலைமேல் அயன் அழுத்தி எழுதிய கையெழுத்து என்ன ஆயிற்றுத் தெரியுமா? எம்பெருமான் திருவடி என் தலைமேல் பட்டது; அவ்வளவு தான்; அழிந்து போய்விட்டது. அயன் கையால் எழுதியதை எம்பெருமான் காலாலே அழித்து விட்டான்'' என அலங்காரமாகச் சொல்கிறார்.

அவன்
கால்பட்டு அழிந்தது இங்கு என் தலை மேல்அயன்
கையெழுத்தே.

இங்கு - இந்த உலகத்தில்.

அழகு படுத்துதல்

எம்பெருமானின் திருவடி பட்ட மாத்திரத்திலே பிறவி போகும் என்ற கருத்தைச் சொல்ல வந்தவர் அலங்காரமாகச் சொன்னார். அதற்கு மேலும் அலங்காரம் செய்திருக்கிறார். எத்தனைக்கு எத்தனை ஒரு கருத்தைச் சுற்றிப் பல கருத்துக்களை விரிக்கிறோமோ அத்தனைக்கு அத்தனை அழகு அதிக மாகும். இரண்டாயிரம் ரூபாய் கொடுத்து வைரக்கல் வாங்கினாலும் இருபத்தைந்து ரூபாய் தங்கமாவது வாங்கி வைரத்தை அதன் நடுவில் வைத்துக் கட்டித்தானே போட்டுக்கொள்கிறார்கள் மக்கள்? இலைக்கு நடுவிலே வைக்கப்படுகிற சோறு கொஞ்சமாக இருந் தாலும் அதைச் சுற்றிக் கறி, கூட்டு, பச்சடி, பாயசம் போன்ற நிலைக்களப் பொருள்கள் அதிகமாக இருந்தால் தான் அதைப் பெரிய

விருந்து என்று சொல்கிறோம். அப்படி ஆண்டவன் திருவருளால் 'பிறவி இல்லை'என்று சொல்ல வந்தார் அருணகிரியார். அந்தக் கருத்தை மிகவும் அழகுபடப் பாடுகிறார்.

அவன்
கால்பட்டு அழிந்தது இங்கு என் தலைமேல்அயன்
கையெழுத்தே.

'அயன் என் தலையிலே எழுதிய எழுத்து அந்தச் சின்னக் குழந்தை தன்னுடைய திருவடியை என் தலைமேல் வைத்தபோது அழிந்துவிட்டது'என்று அவர் சொல்லும் போதே, 'அவன் திருவடி படுகின்ற இடத்திலே நான் தலையை வைத்தேன்'என்கிற குறிப்பும் இருக்கிறது.

"கோளில் பொறியிற் குணமிலவே எண்குணத்தான்
தாளை வணங்காத் தலை "

என வள்ளுவர் சொன்னாரே அதுபோல, 'நான் எம்பெருமான் தாள் தலையில் படும்படியாக அவன் முன்னர்ப் பணிந்து நின்றேன்'என்று சொல்லாமற் சொல்கிறார். 'அவன் தாள் படவேண்டுமானால் நம் சென்னி தாழ்ந்து கிடக்கத்தானே வேண்டும்? நிமிர்ந்து நின்றால் அவன் தாள் படாது. அவன் நடமாடுகின்ற தளமாக நம் தலையைத் தாழ்த்தி நின்றால் அவன் திருவடியை வைப்பான். அவன் திருவடி மலர் நம் தலைமேலே பட்டால், முன்னாலே அயன் எழுதி வைத்த தலை எழுத்து அழிந்துபோகும்'என்ற உண்மையும் புலனாகிறது.

கடைசி அடியில் அப் பெருமான் அருளினாலே தமக்கு இனிப் பிறவி இல்லை என்கிற கருத்தை விளக்கினார். இந்தக் கருத்துக்கு நிலைக்களமாக முதல் மூன்று அடி களை அமைக்கிறார். அழகான ஏழு நிலைக்கோபுரம் போல நிமிர்ந்து நிற்கிறது இந்தப் பாட்டு. நான்கு அடிப் பாட்டுக் குள்ளே திருச்செந்தூருக்கு நாட்டுப் படலம், நகரப் படலம் எல்லாவற்றையும் சொல்லிவிடுகிறார்.

3

அழிவும் ஆக்கமும்

அவன் கால்பட்டு அழிந்தது எனச் சொல்கிறாரே ; அழிவு இன்பத்தைக் இன்பத்தைக் கொடுக்குமா?"என்று கேட் கலாம். அழிவு, ஆக்கம் என்ற இரண்டில் அழிவு என்பது துன்பத்தை அளிப்பதாகவும், ஆக்கம் என்பது இன்பத்தைத் தருவதாகவும் கொள்கிறோம். ஆனால் அழிவு என்று சொன்ன மாத்திரத்திலேயே துன்பம் ஆகாது. ஒருவனுக்கு நோய் வந்தது. மருந்தைக் கொடுத்து மருத்துவன் நோயை அழிக்கிறான். அதனால் சுகம் ஏற்படுகிறது. காரணம் என்ன? முதலிலே நோய் வந்து அவன் உடம்பின் சுகத்தை அழித்தது. மருத்துவன் மருந்தைக் கொடுத்து நோயை அழிக்கிறான். இரண்டு அழிவு சேர்ந்தால் நலந்தானே? உடலை அழித்து வந்து நோய், மருந்தால் அழிந்த போது நலம் உண்டாகிறது. ஆகவே முன்னால் அழிவு செய்த ஒன்றை, மற்றொன்று அழிக்குமானால் இந்த அழிவு அழிவு ஆகாமல் ஆக்கம் ஆகிறது.

அப்படி நம் மண்டை யோட்டின்மேல் அயன் எழுதிய எழுத்து இன்பத்தை எல்லாம் அழித்து வந்தது. இன்பங்களை அழிக்கும் தலை எழுத்தை எம்பெருமான் தன் திருவடியினாலே இப்போது அழித்தான் என்றால் இந்த அழிவு ஆக்கம் ஆயிற்று; பேரின்பத்திற்குக் காரணமாயிற்று. அழிவுக்கு அழிவு தேடி ஆக்கம் அளிக்கும் பெருமான் வாழ்கின்ற திருந்செந்தூர் எப்படி இருக்கிறது? நாட்டுப் படலமாக அது பாட்டின் முன்னடியில் விரிகிறது.

நாட்டுப் படலம்

திருச்செந்தூருக்குள் நுழையும்போதே வயலைப் பார்க்கலாம். சுற்றிச் சூழச் சோலைகளைப் பார்க்கலாம். நீர் நிலைகளைப் பார்க்கலாம். பார்த்த உடனேயே அவ்வூரின் நிலவளம்,

நீர்வளம் எல்லாவற்றையும் தெரிந்து கொள்ளலாம். செங்கதிர்கள் தழையப் பயிர்கள் வளர்ந்து சாய்ந்து ? இருப்பதைப் பார்த்தவுடனேயே நிலவளம் தெரியாதா நிலவளத்தைக் காட்டுகிறது, வயல்களில் வளர்ந்து தழைந்து இருக்கும் பயிர்கள். வயல், பொழில் எல்லாம் ஒரே பச்சைப் பசேல் என்று தெரிவதிலிருந்தே, நல்ல நீர்வளமுள்ள பகுதி என்பதைத் தெரிந்துகொள்ளலாம்.

வயல்களில் சேல் மீன்கள் துள்ளி விளையாடுகின்றன. கொழு கொழுவென்று வளர்ந்த அவை செந்தூரின் நீர் வளத்தை மட்டுமா காட்டுகின்றன? அங்கே வாழும் மக்களின் நீர்மை வளத்தையும் காட்டுகின்றன. அவற் றைப் பிடித்துப் பயன்படுத்துவார் யாரும் இல்லை. எல் லோரும் சைவர்கள்; உணவில். இப்படி வள் வயல்களில் வளரும் மீன்கள் என்ன செய்கின்றன பாருங்கள்.

சேல்பட்டு அழிந்தது செந்தூர் வயற்பொழில்.

பிடிப்பார் யாருமின்றி நல்ல வளப்பமாக வளரும் சேல் மீன்கள் சும்மா இருக்குமா? துள்ளிக் குதிக்கும். வயல்களுக்குப் பக்கத்தில் சோலைகள் இருக்கின்றன. அந்தச் சோலை மரங்களின் நிழல் வயலிலே விழுகின்றது. நிழல் விழுந்தால் பயிர் வளராது அல்லவா? வயல்களில் நிழல் விழச் செய்யும் மரங்களை யாராவது வெட்டுகிறார்களா ? இல்லை. ஆனால் தம்மைக் காப்பாற்றுகின்ற வயல்களைக் காப்பாற்ற வேண்டுமே என்று எண்ணியவை போலச் சேல் மீன்கள் துள்ளிக் குதிக்கின்றன. அப்படிக் குதிக்கும்போது வயலருகில் உள்ள பொழில்கள் அழிகின்றன. வயல்களுக்கு நிழல் தரும் பொழில் மரங்களைச் சேல் மீன்கள் சாடுகின்றதனால் அம் மரங்கள் அழிகின்றன. இந்த அழிவினால் நன்மையே விளைகின்றது. நிழல் தந்த மரங்கள் அழிந்ததனால் வயல் இன்னும் வளப்பமாகச் செழிக்கின்றது. தம்மை வளர்த்த வயலுக்கு வந்த இடையூற்றைச் சேல் மீன்கள் நினைத்துச்

செய்யாமல் துள்ளி விளையாடுவதனாலே போக்குகின்றன. இது நாட்டுப் படலம்.

அடுத்த அடியில் நகரப்படலம் வருகிறது.

நகரப்படலம்

ஊருக்குள் புகுந்து எல்லோரையும் வருணிக்க ஆரம்பித்தால் ஓர் அடி போதுமா? எத்தனை விதமான தொழில் புரிபவர்கள் இருக்கிறார்கள்! எத்தனை வகை மக்கள் இருக்கிறார்கள்! எல்லோரையும் வருணிக்க முடியாது. நாட்டைச் சொல்லிவிட்டு நகரைச் சொல்லாமல் விடலாமா? ஒரு நகரத்தில் பல வீடுகள் இருக்கின்றன. ஒவ்வொரு வீடும் நாட்டின் ஓர் அங்கம். நகரத்தை வருணிக்க ஒரு வீட்டைச் சொன்னால் போதாதா? அப்படியே ஒரு வீட்டைச் சொல்ல லாம் என்றாலும் ஒரு வீட்டில் பத்துப்பேர்கள் இருப்பார் களே! தாய், தந்தை, தம்பி, அண்ணன், தங்கை என்று பலபேர்கள் இருக்கின்றபோது எல்லோரையும் பற்றிச் சொல்ல முடியுமா? வீட்டுக்குத் தலைவரைப் பற்றிச் சொன்னால் போதும் என்றால் வீட்டுக்குத் தலைவர் யார்? வீட்டுக்காரர்தாம்;" என்று நாம் இப்போது சொல்வோம்.

ஆனால் பழங்காலத்தில் தமிழ்நாடு அப்படிச் சொன்னது இல்லை. 'இல் 'என்றால் இல்லாள் தான் உண்டு. இல்லான் என்ற வழக்கு இல்லை. இல்லான் என்றால் இல்லத்தின் தலைவன் என்று பொருள் படாமல் ஒன்றும் இல்லாதவன் என்றே பொருள்படும், 'மனை'என்றால் மனைவி உண்டு, மனையாள் உண்டு. மனையான் என்று கிடையாது. நாட்டுக்கு நாயகன் ஆண்பால். வீட்டுக்கு நாயகி பெண்பால்தான். எல்லா விதமான பொருளையும் வீட்டுக்குள் கொணர்ந்து சேர்க்கிற பொறுப்பு ஒன்று மட்டும் ஆடவருக்கு உண்டு. அறம் பிறழாமல் அதை எடுத்துச் செலவழிக்கின்ற கடமை வீட்டுக்குச் சொந்தக்காரியான, இல்லுக்கு அரசியான, இல்லாளுக்குத் தான் உண்டு. ஆகவே இல் அரசியை வருணித்தால், ஒரு வீட்டையே வருணித்ததாக ஆகும், ஒரு

வீட்டை வருணித்தால் ஒரு நகரத்தையே வருணித்ததாக ஆகும் என்று நினைப்பவர் போல அருணகிரியார் வீட்டுக்கு விளக்காய், வாழ்வரசியராய் விளங்கும் பெண்களைச் சொல்வது போல அடுத்த அடியை அமைக்கிறார்.

தேங்கடம்பின்
மால்பட்டு அழிந்தது பூங்கொடி யார்மனம்.

[பூங்கொடியைப் போன்ற மெல்லியலையுடைய மகளிர் களின் மனம் முருகன் அணிந்த தேன் நிரம்பிய கடம்ப மலரின் மேல் உள்ள ஆசை பட்டு அழிந்தது.]

திருச்செந்தூரிலே நிறையக் கடம்ப மரங்கள் இருக்கின் றன. அதிலே பூக்கின்ற பூக்களை எல்லாம் ஒன்றாகச் சேர்த்துத் திருச்செந்தூர் ஆண்டவனுக்கு எடுத்துச் செல்கிறார் கள். கோயிலுக்குள் மாலைகள் போவதைப் பார்க்கிறார்கள்,

பூங்கொடி போன்ற மகளிர்கள். " உள்ளே போகின்ற மாலைகள் மீட்டும் வெளியே வரவில்லையே! ஆண்டவனுக்குச் சூட்டிய மாலைகள் எங்களுக்குப் பிரசாதமாகக் கிடைக்க வில்லையே!"என்கிற தாபத்தினால் தேங்கடம்ப மாலைகளின் மீது மால் உண்டாகி, ஆசைப்பட்டுப் பூங்கொடியார் மனம் அழிந்தது.

பெண்கள் எம்பெருமானுக்கு அணியும் கடம்ப மலர் மாலைகளுக்கு ஏங்கி நிற்கிறார்கள்; அதனாலேயே அவர்கள் மனம் அழிந்தது என்று பொருள்பட்டாலும், இதற்கு ஓர் உட்கருத்து உண்டு. பூங்கொடியார் என்பது உடம்பினாலே பெண்ணாகத் தோன்றுகிறவர்களை மட்டும் குறிப்பதாகக் கொள்ளக்கூடாது. நாம் உடம்பினாலே பெண் என்றும், ஆண் என்றும் வேஷம் போட்டுக் கொண்டிருக்கிறோம். உயிரிலே ஆண் பெண் என்ற வேறுபாடு இல்லை.

பெண்கள் கல்லூரியில் நாடகம் போடுகிறார்கள். ஆண்களின் பாத்திரத்தையும் பெண்களே ஏற்று நடிக்கிறார்கள். நாயகனாகக் கோலம் புனைந்துகொண்டிருக்கும் பெண்,

நாயகியாக வேஷம் போட்டுக் கொண்டிருப்பவளிடம், "பிராண நாயகியே" என்கிறாள். அவளும், "என் பிராண நாதா" என்கிறாள். நாடகம் முடிந்து இறங்கினால் யார் நாதன்? யார் நாயகி? எல்லோரும் பள்ளிக்கூடத்துப் பெண்கள்.

அப்படி உலகமாகிய மேடையிலே ஆண் வேஷம் தாங்கியிருக்கும் ஆன்மாவும் பெண்தான். பெண்ணாக வேஷம் பூண்டுள்ள ஆன்மாவும் பெண்தான். உலகிலுள்ள ஆன்மாக்களாகிய பெண்களுக்கு உண்மையான புருஷன் யார்? அவன் தான் ஆண்டவன்.

ஓர் அரசன் கொஞ்ச காலம் தலை மறைவாக இருக் கிறான். அந்தச் சமயம் மந்திரியைப் பார்த்து, "அரசனாக வேஷம் போட்டுக்கொண்டு அரசியலை நடத்தி வா"என்று சொல்கிறான். வேஷம் போட்டுக்கொண்ட மந்திரி தன்னையே உண்மை அரசன் என்று நினைக்க ஆரம் பித்துவிட்டால் அவன் அதமனாகிவிடுகிறான். அதுமாதிரி, வேஷம் புனைந்து புருஷனாகத் தோற்றுகிற நாம் எல்லாம், "நாமே புருஷர் என்று நினைத்துக் கொண்டிருந்தால் புருஷ அதமராகிறோம். புருஷ உத்தமனாகிய ஆண்டவன் அதைப் பார்த்து நகைக்கிறான். திருச்செந்தூரில் எழுந் தருளியிருக்கும் புருஷோத்தமனாகிய எம்பெருமானை அடைவதற்காக, தோற்றத்தால் ஆணாகவும் பெண்ணாகவும் வேஷம் தாங்கியிருந்தாலுங்கூட, எல்லா மக்களும் ஏங்கிப் பூங்கொடியார்களாகத் தவம் கிடக்கிறார்கள். " இன்னும் மாலை மாற்றிக் கொள்ளவில்லையே! தனக்குச் சூட்டப்படுகின்ற கடம்ப மலர் மாலைகளை எடுத்து ஆண்டவன் நம் கழுத்தில் சூட்டவில்லையே!" என்று கடம்ப மலர் மாலைகளுக்கு ஆசைப்பட்டு, விரக தாபத்தினால் தவிக்கின்ற பூங்கொடியாராக இருக்கிறார்கள்.

அந்த விரக தாபமே ஓர் இன்பம். ஒரு பொருள் கைக்குக் கிடைத்து அதை நுகர்கின்ற காலத்திலே ஏற்படுகின்ற இன்பத்தைவிட அந்தப் பொருள் கிடைக்கவில்லையே என்று ஏங்கி நிற்கும் காலத்தில்தான் இன்பம் மிக அதிகமாக இருக்கும்.

உலகிலுள்ள வேறு எத்தனையோ பொருள்களிடத்தில் மையல் கொண்டு அவை கிடைக்கவில்லையே என்று தாபப்படுகிறவர்களின் மனம் ஆயிரம் ஆயிரமாகச் சிதறிக் கணத்திற்குக் கணம் துணுக்குறுகிறது. ஆனால், "ஆண்டவன் அருள் கிடைக்கவில்லையே! அவனது அருள் பிரசாதமாக அவனுக்குச் சூட்டப்பட்ட கடம்ப மலர் மாலைகள் இன்னும் நமக்குக் கிடைக்கவில்லையே" என்று அவனிடம் காதல் கொண்ட பூங்கொடி போன்ற மென்மையான உள்ளம் படைத்தவர்களுக்கு அந்த மனமே அழிந்து போயிற்று.

தேங்கடம்பின், மால்பட்டு அழிந்தது பூங்கொடியார் மனம்.

பூங்கொடியார் மனம் செத்துப் போய்விட்டது. புருஷ உத்தமனாகிய ஷண்முகநாதனின்மேல் சூட்டப்பட்ட கடம்ப மாலைகளுக்கு ஆசைப்பட்டு. விரக தாபத்தினால் தவிக்கின்ற பூங்கொடியார் மனம், பிற பொருள்களின்பால் உள்ள மையல்களை எல்லாம் மாய்த்து, கடைசியில் தானும் மாய்ந்துவிட்டது. அதனால் விளைந்தது என்ன? மனமற்ற நிலை; அதுவே இன்பம்; அதுவே முத்தி. மனதற்ற பரிசுத்த நிலையை அருள்வாய்" என்பர் தாயுமானவர்.

பூங்கொடியார்

எம்பெருமானிடத்தில் பத்தி பண்ணினால் அவனால் படைக்கப்பட்ட உலகிலுள்ள உயிர்க்கூட்டங்களிடம் தயை பெருகும். அவர்களுடைய வாக்கிலே, செயலிலே அன்பு பெருகும். அவர்கள் நடையிலே மென்மை இருக்கும். மென்மையான உள்ளம் படைத்த பூங்கொடி யார்களாகவே ஆகிவிடுவார்கள். அத்தகையவர்கள் மனமற்று நிற்கிறார்கள்.

அடுத்த அடியிலே புராணக் கதையை நினைப்பூட்டுகிறார் அருணகிரியார்.

முருகப் பெருமான் சூரனைச் சங்காரம் செய்ய அவதரித்தான், சூரன் மலையைத் தனக்குக் கவசமாகப் பூண்டு கடலுக்குள் ஒளிந்துகொண்டான். முருகப் பெருமான் தன் கையிலுள்ள ஞான சக்தியாகிய வேலை விடுத்தான். அதனால் கடல் சுவறிவிட்டது. சூரனும், சூரனுக்குக் கவசம் போன்றிருந்த மலையும் அழிந்தன என்கிற வரலாறு நமக்குத் தெரியும்.

மாமயிலோன்
வேல்பட்டு அழிந்தது வேலையும் சூரனும் வெற்பும்.

வேலை - கடல். வெற்பு-மலை.மாமயிலை வாகனமாக உடைய எம்பெருமானது வேல் பட்டதனாலே, சமுத்திர மும், சூரனும், மலையும் அழிந்தனவாம்.

திருச்செந்தூரில் உள்ள வயல்களில் வளரும் சேல் மீன்களின் விளையாட்டினால் பொழில்கள் அழிந்தன என்று சொன்னார். அந்த அழிவினாலே உண்டானது ஆக்கம். வயலுக்கு நிழல் தந்து வந்த பொழில் அழிந்ததனால் வயல் செழித்து வளர்ந்தது என அறிந்தோம். அடுத்த படி ஆண்டவனுக்குச் சூட்டுகின்ற கடம்ப மலர் மாலைகளின் மீது ஆசைப்பட்டுப். பூங்கொடியார்களின் மனம் அழிந்தது என்றார். இந்த அழிவினால் உண்மையில் உண்டான ஆக்கம் இன்பந்தான்; மனமற்ற தூய பரிசுத்த நிலையாகிய முத்தி இன்பம் விளைந்தது.

கந்தப் பெருமானின் வேல் பட்டு அழிந்தது வேலையும், சூரனும், வெற்பும் என்பதனாலே விளைந்தது என்ன? உண்மையில் சூரன் அழிந்தானா? சூரனின் சூரத்துவம் அழிந்தது; அசுரத்துவம் அழிந்தது. அவன் இப்போது எப்படி இருக்கிறான்? எம்பெருமானின் வாகனமாக அல்லவா இருக்கிறான்? பல பல அடியார்களுக்கு அருள் செய்ய முந்து கின்ற முருகப் பெருமானை, 'இதோ நான் தூக்கிப் போகிறேன்'என்று காத்துக் கொண்டல்லவா இருக்கிறான்?

எம் பெருமான் சூரனைச் சங்காரம் பண்ணினான். அது அழிவு போலத் தோற்றலாம். ஆனால் அவனது அசுரத்துவத்தை அழித்து, அவனுக்கு உண்மையான அநுகூலம் பண்ணி னான். அசுரத்துவம் அழிவது சுரத்துவம் வளர்வதற்காக அல்லவா? சூரன் மா மயிலானான். அதைப் நினைப் பூட்டவே, மாமயிலோன் வேல்பட்டழிந்தது என்றார். முருகன் மறக் கருணையால் சூரனை காண்டான்.

மயில் மேலே ஆண்டவன் வரும்போது அடியார்களின் உள்ளத்தில் காதல் மிகுகின்றது. "நாம் எப்படி இருந்தாலும் ஆண்டவன் ஆட்கொள்ளுவான். தனக்குப் பகையாய் இருந்த சூரனையே ஆட்கொண்டு, மயிலாக வைத்திருக்கிறானே. நம்மை ஆட்கொள்ளாது போவானா"? என்கிற நம்பிக்கையை அதிகப்படுத்துகிறது மயில்.

இப்படி நாட்டிலும் நகரிலும் அழிவுபோன்ற ஆக்கம் நிகழ்ந்ததையும், பழைய காலத்தில் சூரசங்காரத்தின்போது அழிவுபோன்ற ஆக்கம் நிகழ்ந்ததையும் சொல்லிவிட்டுத் தமக்குக் கிடைத்த அநுபவத்தைச் சொல்லுகிறார் அருணகிரிநாதர். அதுவும் அழிவுபோன்ற ஆக்கந்தான்.

அவர் அநுபவம்

"ஆண்டவனுடைய வரவுக்காக நான் காத்துக் கிடந்தேன். அவன் நடமாடுகின்ற இடம் எங்கே எனத் தேடி அலைந்தேன். குழந்தைகளைப் பார்க்க வேண்டுமென்றால் அவர்கள் விளையாடும் வீதியில்தான் பார்க்க முடியும். முருகக் குழந்தை எல்லா இடங்களிலும் விளையாடுகிறான் என்றாலும், அடியார்களுடைய கூட்டந்தான் அவனுக்கு. அதிக உவப்பானது. அந்தக் கூட்டத்தில் கலந்து கொண்டு குதிக்கிறான். விளையாடுகிறான் அடியார்களின் கூட்டத்தில் நானும் சேர்ந்து நெஞ்சு உருகி, தலைதாழ்த்தி அவன் திருவடிபடாதா என வீழ்ந்து கிடந்தேன். அவன் திருவடி என் தலையிலே பட்டது. அதனாலே என்ன நிகழ்ந்தது தெரியுமா? என் தலைமேலே அயன் எழுதிய தலை எழுத்து அழிந்து

போய்விட்டது. பிறவி ஒழிந்தது. பிறப்பற்ற சாசுவதமான இன்பத்தைப் பெற்றேன்"என்று முடிக்கிறார்.

அவன்
கால்பட்டு அழிந்தது என் தலைமேல்
அயன் கையெழுத்தே.

அழிந்தது என்று சொன்னாலும் அவை துன்பம் விளைக்கும் அழிவுகள் அல்ல. "சேல்பட்டுப் பொழில் அழிந்ததனாலே வயல் செழித்தது. பூங்கொடியார் மனம் விரகதாபத்தினால் அழிந்ததனாலே மனமற்ற தூய பரிசுத்த இன்பம் உண்டாயிற்று. வேலையும் சூரனும் வெற்பும் வேல்பட்டு அழிந்தமையாலே சூரன் மா மயிலானான். தலைமேலுள்ள அயன் கையெழுத்து எம்பெருமானின் கால் பட்டு அழிந்ததனாலே பிறவி அற்ற முத்தி இன்பம் விளைந்தது"என்கிற கருத்துக்களை இப் பாட்டு மிக அழகாக விளக்குகிறது.

நம்முடைய பிறவி அழிய வேண்டுமானால் எம்பெருமானின் திருவடி எப்போது நம் தலையில் படும் என்று ஏங்கி உருகி மனம் நெகிழ்ந்து, அவன் திருவடி மிக அதிக மாக நடமாடுகிற அடியார்களின் கூட்டத்திலே தலை வணங்கிக் கிடந்தால் நமக்கும் அந்தப் பாக்கியம் கிடைக்கும்.

சேல்பட்டு அழிந்தது செந்தூர்
வயற்பொழில்; தேங்கடம்பின்
மால்பட்டு அழிந்தது பூங்கொடி
யார்மனம்; மாமயிலோன்
வேல்பட்டு அழிந்தது வேலையும்
சூரனும் வெற்பும்; அவன்
கால்பட்டு அழிந்ததுஇங்கு என் தலை
மேல்அயன் கையெழுத்தே.

[திருச்செந்தூரில் வயலை அடுத்து வளர்ந்த சோலை அந்த வயலில் வளர்ந்த சேல்கள் பட்டு அழிந்தது; தேன் நிரம்பிய கடம்ப மலர் மாலையின்மேல் ஆசை உண்டாகிப் பூங்கொடி

போன்ற மகளிர் மனம் அழிந்தது; பெரிய மயிலையுடைய முருகனுடைய வேல்பட்டுக் கடலும் சூரனும் மலையும் அழிந்தன. அப்பெருமானுடைய திருவடி பட்டு இங்கே எளியேன் தலையின் மேல் பிரமன் கையால் எழுதிய எழுத்து அழிந்துவிட்டது.

தேங்கடம்பு - தேன் நிரம்பிய கடம்ப மலர் மாலை; இது முருகன் திருமார்பில் அணிந்தது. மால் - ஆசை. வேலை - கடல்; சூரன் ஒளிந்திருந்த கடல். வெற்பு - கிரவுஞ்சமலை. வேல்பட்டு அழிந்தது அழிந்தது: தொகுதி ஒருமை. அயன் - பிரமன்.]

அறமும் இன்பமும்

1

நேர்மையான நுகர்ச்சி

உலகில் வாழும் மக்கள் இறைவன் படைத்த பொருள்களை நுகர்ந்து வாழ்கிறார்கள். அப்படி நுகரும் போது நேர்மையான வழியில் நுகராமல் நேர்மையற்ற நெறியிலே செல்கிறவர்கள் பலர்.

எதனை எப்படி எந்த முறையில் நுகரவேண்டும் என்பதை நம்முன் வாழ்ந்த பெருமக்கள் தம்முடைய அநுபவத்தினாலும் பேரறிவினாலும் உணர்ந்து நமக்கு அறிவுறுத்தியிருக்கிறார் கள். அவர்களுடைய அறிவுரை எவ்வளவு உண்மையானது, பயனுள்ளது என்பதை நாமும் அநுபவத்தில் உணர்ந்து வருகிறோம். இருப்பினும் நாம் தீய நெறியிலே புகுந்து நுகரத் தலைப்படுகிறோம். இதையே மாயை என் றும் திரோதாயி என்றும் சொல்வார்கள். பாசி நிறைந்த குளத்தில் நீராடுவான் ஒருவன் அதைக் கையால் விலக்கி விட்டு மூழ்குகிறான். ஆனால் அடுத்த கணமே மறுபடியும் பாசி வந்து மூடிக்கொள்கிறது. அதுபோல இது செய்யத் தகாது என்ற அறிவு ஒரு கணம் நம்மிடம் தலைக்காட்டு கிறது; அடுத்த கணமே அதை மறந்துவிடுகிறோம்.

பழமும் காயும்

இனிய பழம் இருக்கும்போது காயை நுகர்வார் உண்டா? இருக்கமாட்டார்கள் என்று தான் முதலில் தோன்றுகிறது. ஆனால் ஆராய்ந்து பார்த்தால் பலதிறங்களில் நாம் கனியிருக்கக் காயைத்தான் நுகர்கிறோம். நாம் வாயினால் இன்சொல் பேசும் இயல்பு படைத்திருக்கிறோம்.

இன்சொல்லால் இனிமை உண்டாவதை நாம் அநுபவத்தால் உணர்ந்திருக்கிறோம். ஆயினும் பெரும்பாலும் இன்சொல்லைப் பேசுவதில்லை. இது கனியிருக்கக் காய் கவரும் செயலைப் போன்றதுதான். திருவள்ளுவர் அப்படியே சொல்கிறார்.

"இனிய உளவாக இன்னாத கூறல்
கனிஇருப்பக் காய்கவர்ந் தற்று."

மூவாசை

நல்ல பகுதியை மறந்து தீயதை விழையும் மாயை நம்மை நன்றாகப் பற்றிக் கொண்டிருக்கிறது. மண், பொன், பெண் என்று பழங்காலத்தில் ஆசையை மூன்றாக வகுத்தி ருக்கிறார்கள். மண் என்றவுடன் நமக்கு நல்ல நினைவுகள் எழ வாய்ப்பு உண்டு. அதனைப் பொறுமைக்கு உவமையாகப் பெரியவர்கள் சொல்லியிருக்கிறார்கள்; நாம் உதைத்தாலும் அகழ்ந்தாலும் நிலம் நம்மைத் தாங்குகிறது. நமக்கு வேண்டிய உணவுப் பொருள்களை விளைத்துத் தருகிறது. நீரைத் தாங்கி நிற்கிறது. தன் வயிற்றினிடையே தங்கம், இரும்பு, நிலக்கரி முதலிய பல அரும்பொருள்களை வைத்துப் பாதுகாத்து நமக்கு உதவுகிறது. அவரவர்கள் தம் தம் இடத்தில் நேர்மை தவறாமல் வாழலாம். ஆனால் தம் இடம் போதாதென்று கருதிப் பிறர் மண்ணையும் கொள்ள வேண்டுமென்று ஆசைப்படுகிறார்கள். நாடு பிடிக்கும் ஆசை இந்த விஞ்ஞான யுகத்தில் அதிகமாகியிருக்கிறதேயன்றிக் குறையவில்லை. மண் என்றவுடன் மண்ணாசை தான் நம் நினைவுக்கு வருகிறது. வாள் என்றவுடன் கொலை நினைவுக்கு வருகிறது.வாளால் முள்ளை வெட்டலாம்; புதரை அழிக்கலாம். அவை நினைவுக்கு வருவதில்லை. கொல்வதற் காகவே மனிதன் வாளைப் படைத்திருக்கிறான் என்று தோன்றுகிறது. அப்படியே ஆசைப்படவும், கிடைக்காவிட் டால் போரிட்டு வெட்டி மடிந்து சாகவுமே ஆண்டவன் மண்ணைப் படைத்திருக்கிறானோ என்ற ஐயம் தோன்றுகிறது.

அதுபோலவே பொன் பல நன்மைக்குக் கருவியாக இருந்தாலும் ஆசையை உண்டாக்கித் திருட்டு முதலிய தீய செயல்களை வளர்க்கக் காரணமாகிவிட்டது. பொன் காரணம் என்று சொல்வது முறையன்று. அதைக் காணும் மக்களிற் பெரும்பாலோர் ஆசையென்னும் பேயின் பிடிக்குள் அகப்பட்டுக் கிடப்பதால் பொன் என்றவுடனே அதை வஞ்சகமாகக் கொள்ள வேண்டும் என்ற நினைப்புத் தோன்றுகிறது.

பெண்ணும் அவ்வாறே மனித மனத்தின் தீய உணர்ச்சியைத் தூண்டிவிடும் பொருளாக இருக்கிறாள். இந்தக் காரணத்தால் துறவியர் மண், பெண், பொன் என் னும் மூன்றையும் வெறுத்தார்கள். பெரும்பாலான மக்கள் இந்த மூன்றையும் நேர்மையான வழியில் அற நினைவோடு அணுகுவதில்லை. அதனால் அவற்றைச் சிந்திக்காமலே இருந்துவிடலாம் என்று அவர்கள் எண்ணினார்கள்.

மகளிர் உறவு

பெண் என்றால் உடனே மயல் என்ற நினைவு தான் நமக்கு உண்டாகிறது. உலகத்துப்பெண் குலத்தின் பெருமையை நாம் அறிந்திருந்தாலும் மறந்துவிடுகிறோம். பெண்ணை நான்கு வகையான உறவுகளில் வைத்துப் பார்க்கிறோம். தாயாகவும் மகளாகவும் சகோதரியாகவும் மனைவியாகவும் பெண் இருக்கிறாள். இந்த நான்கும் நேர் மையான உறவு. இறைவனுக்கும் இறைவிக்கும் உள்ள உறவு முறையைச் சொல்ல வந்த குமர குருபர முனிவர் இந்த நான்கையும் சொல்கிறார்;

"கனக மார்க்க வின்செய் மன்றில்
அனக நாட கற்கெம் அன்னை
மனைவிதாய் தங்கை மகள்."

மனைவியின் நிலை

தாயின் நினைப்பிலே இணையற்ற அன்பு மீதூர்கிறது. தங்கை என்னும் போது சகோதர பாசம் பிணிக்கிறது. மகள் என்னும் போது வாத்ஸல்யம் பொங்குகிறது, மனைவி என்னும் உருவில் அறமும் இன்பமும் இணைந்து காட்சி யளிக்கின்றன. பெண்ணினத்தின் உறவு முறையில் நான்கில் ஒருபகுதி மனைவி என்ற உறவு. ஒரு பெண்ணை மனைவியாக ஒருவன்தான் கொள்ளலாம். ஆனால் தாயாகத் தங்கையாகப் பலர் கொள்ளலாம். மகளாகவும் கொள்ளலாம். இந்த நான்கு முறையையும் விட்டு வெறும் காம நுகர்ச்சி ஒன்றையே கருதிப் பெண்ணை நோக்கும் விலங்குணர்ச்சி மக்களிடம் நிரம்பியிருக்கிறது. மனைவியிடம் இன்பம் நுகரவில்லையா என்ற கேள்வி எழலாம். ஆம்; இன்பம் தருவதற்காக அமைந்தவள் மனைவி என்பது உண்மை. அறம் பொருள் இன்பம் வீடு என்று உறுதிப் பொருள்களை நான்காகப் பகுப்பார்கள். இந்த நான்கும் வெவ்வேறாகத் தோன்றினாலும் நான்கிலும் அறம் உண்டு. அறம் இல்லாமல் பொருள் இல்லை; இன்பமும் இல்லை; வீடும் பெற இயலாது. அறத்தின் வழியே பெறும் இன்பம் மனைவியிடம் கிடைக்கிறது. பெண்ணின் இன்பத்தைப் பெற விழைபவன் அவ்வின்பத்தை அற நினைவோடு பெற வேண்டும். அறந்திறம்பிய முறையில் பெறுவது இன்பமாகாது; அது உடலின் தினவைத் தீர்க்கும் செயல்.

அறத்தோடு இணைந்தது காதல்; அல்லாதது காமம் மனைக்குத் தலைவியாக இருந்து இல்லறமென்னும் ஆட்சியை நடத்துகிறவள் மனைவி. அவள் அறத்தைக் காக்கும் கடமையை உடையவள். அறத்தை வளர்க்கும் பொருட்டே ஒருவன் மனையாட்டியைக் கொள்ளவேண்டும். அதனால் மனைவிக்குத் தர்ம பத்தினி என்ற பெயர் அமைந்தது. காமபத்தினி என்று சொல்லும் வழக்கு இல்லை. வெறும் காமவேட்கையைத் தணிப்பதற்காகப் பயன்படும்

மகளிரைக் காமக்கிழத்தியர் என்று சொன்னார்கள். காமக் கிழத்தியருக்கு இல் வாழ்வில் பங்கு இல்லை. அறத்தை வளர்ப்பதற்காக வாழ வேண்டிய மனிதன், அதற்குத் துணையாக மனைவியை மணந்துகொள்கிறான். அப்படித் துணையாகக் கொள்பவள் ஒருத்திதான். மற்றப் பெண்கள் யாவரும் தாய், தங்கை, மகள் என்ற முறையில் அமைபவர்களே ஆவர்.

"அறப்பெருஞ் செல்வி பாகத் தண்ணல் "

என்று ஒரு புலவர் பாடுகிறார். இறைவன் அம்பிகையைத் தன் பாகத்தில் வைத்திருக்கிறான். அப் பிராட்டி அறப் பெருஞ் செல்வி. திருவையாற்றில் எழுந்தருளியிருக்கும் அம்பிகைக்குத் தர்ம சம்வர்த்தனி என்றும் அறம் வளர்த்தாள் என்றும் திருநாமங்கள் வழங்கும்.

வீட்டுத் தலைவன் அறம் செய்வதற்காகத்தான் மனை யாட்டியைப் பெறுகிறானே யன்றி வெறும் இன்பத்தைப் பெறுவதற்காக மட்டும் அன்று; அறமே தலைமையாக இருக்கவேண்டும். மனித சமுதாயம் பரம்பரை பரம்பரை யாக வளர்ந்து அறத்தை வளர்க்கவேண்டும். இந்தப் பரம் பரையின் வளர்ச்சியை எண்ணியே இன்பம் அமைந்திருக் றது. மரம் வளர்வதற்காக, பரம்பரை பெருகுவதற்காக, விதையை இறைவன் உண்டாக்கி யிருக்கிறான். ஆனாலும் அந்த வித்தை இனிய கனியினூடே வைத்திருக்கிறான். கனியைச் சுவைத்தவர்கள் வித்தைப் புதைத்து மரத்தை வளர்க்கவேண்டும். இந்தக் கடமைக்குக் கூலிபோலக் கனி இருக்கிறது. அறம் இடையீடின்றி நடைபெறப் பரம்பரை வளரவேண்டும். பரம்பரை விருத்தியாகும் பொருட்டு இன்பத்தை உடன் வைத்திருக்கிறான் இறைவன். அறம் வளர்க்க இன்பம் என்னும் கூலி கிடைக்கிறது. தர்மம் வளரவேண்டுமென்ற நினைவோடு மனிதன் மணம் புரிந்து கொள்ளவேண்டும்.

அற நினைவு

ஆகவே மனைவியைப் பார்த்தால் அறம் நினைவுக்கு வரவேண்டும். பெண்களைக் கண்டால் அறத்தை நினைக்க வேண்டும்; "அறத்தை நினைக்காமல் வெறும் இன்பத்தை நினைந்து பெண்களைத் தேடி அலைந்துவிட்டேனே! பால் போன்ற இனிமையான மொழியை உடைய மங்கையரை நாடிச் சென்று மயல் பட்டுத் திரிகின்றேனே!"என்றும், "தர்மத்தின் வடிவமாகப் பார்க்க வேண்டியவளை, என்னுடைய காமத் தீயை வளர்க்கும் விறகுக் கட்டையாகப் பார்த்து மயக்கமுற்றுத் திரிகின்றேனே!"என்றும் ஒவ்வொருவனும் இரங்க வேண்டும். நமக்குப் பிரதிநிதியாக இருந்து அருணகிரியார் அந்தக் கருத்துக்களை இந்தப் பாட்டில் சொல்கிறார்.

பாலே அனைய மொழியார்தம் இன்பத்தைப் பற்றிஎன்றும்
மாலேகொண்டு உய்யும் வகை அறியேன்; மலர்த் தாள் தருவாய்;
காலே மிகஉண்டு, காலே இலாத கணபணத்தின்
மேலே துயில்கொள்ளும் மாலோன் மருக! செவ் வேலவனே!

மயலுக்குக் காரணம்

பெண்ணைப் பார்த்தவுடன் உள்ளம் மயல் அடைவதற்குக் காரணம் நம்முடைய உள்ளம் மாசு உடையது என்பதுதான். பெண்ணின்மேல் குறை ஒன்றும் இல்லை. நல்ல பால் இருக்கிறது. அதை நல்ல பாத்திரத்தில் வைத்தால் கெட்டுப் போவதில்லை. அழுக்குள்ள பாத்திரத்திலோ, ஆகாத பாத்திரத்திலோ வைத்தால் அது திரிந்துவிடும். திரிவதற்குக் காரணம் பாலின் குறை அன்று. அதை ஏற்றுக்கொண்ட பாத்திரத்தின் குறைதான். அப்படியே பெண்கள் கெட்டவர்கள் அல்ல.

பால் போன்ற இனிமையான மொழியை உடையவர்கள் தாம்.

பாலே அனைய மொழியார்.

பாலைக் கெட்ட பாத்திரத்தில் வைத்தால் கெட்டுத் தானே போகும்? அப்படி நம்முடைய மனம் பக்குவம் இல்லாத காரணத்தினால் பாலே அனைய மொழியாரைப் பற்றும் போது புளித்துப் போகிறது.

பாலே அனைய மொழியாரைப் பற்றுவது தவறு அல்ல. எந்த நோக்கத்தைக் கொண்டு பற்றிக் கொள்ள வேண்டுமோ அதனைத் தெரிந்துகொள்ளவேண்டும். அறத் திற்காக அவர்களைப் பற்ற வேண்டும். அப்போது மயல் உண்டாகாது; பரம்பரையான தர்மம் வளரும். அதன் சார்பில் இன்பத்தையும் வீட்டையும் பெறலாம். ஆனால் மயல் உண்டாவதற்கும் மால் கொண்டு உய்யும் வழி தெரியாமல் திண்டாடுவதற்கும் காரணம் மங்கையரிடத்தில் அறத்தைக் கருதாமல் வெறும் இன்பத்தைக் கருது வதுதான்.

பாலே அனைய மொழியார்தம் இன்பத்தைப் பற்றி, என்றும் மாலே கொண்டு

தர்மத்தின் வடிவமாக விளங்கும் பெண்களைத் தம்முடைய தாயாக, தங்கையாக, மகளாகப் பாவிக்க வேண்டும். தன்னுடைய சொந்த மனைவியை அறத்தை வளர்க்கும் துணையாகவும், அதற்குக் கூலியாகிய இன்பம் தருபவளாக வும் நினைக்கவேண்டும். அவ்வாறின்றி அறத்தை மறந்து, வீட்டு நெறிக்கு உரிய அறங்கள் செய்வதற்கு வேண்டிய துணை அவள் என்பதை மறந்து, அவளால் வரும் இன்பத் தைப் பெரிதாக நினைந்து பற்றினால் அதனுடைய பயன் மயல் அல்லது மயக்கந்தான்.

பிணத்தைத் தழுவுதல்

பெண்ணுக்கு உடம்பு, உள்ளம், உயிர் என்ற மூன்றும் இருக்கின்றன. உயிரால் பெண் ஆணோடு கலந்து உத்தமமான

காதல் பண்ணுகிறாள். உள்ளத்தால் அவன் செய்யும் அறத்திற்குத் துணைவி ஆகிறாள். உடம்பால் அவனுக்கு இன்பம் தருகிறாள். உயிரையும், உள்ளத்தையும் புறக் கணித்துவிட்டு உடம்பை மாத்திரம் விரும்புகிறவன் ஊன் விலை வாணிகன் ஆகிறான். உயிர் அற்ற ஊன் பிணம். ஆதலால் பாலே அனைய மொழியார் தம் உயிரையும், உள்ளத்தையும் விலக்கி உடம்பினால் பெறுகின்ற பயனை மாத்திரம் அடைகிறவன் பிணத்தைக் கட்டிக்கொண்டு வாழ்கிகிறவன் ஆகிறான். அதனால்தான் விலைமகளை நாடுகின்ற வர்களை,

**"பொருட்பெண்டிர் பொய்ம்மை முயக்கம் இருட்டறையுள்
ஏதில் பிணம் தழீஇ யற்று"**

என்று வள்ளுவர் சொல்கிறார்.

இறைவன் செயல்

இறைவன் தட்சிணாமூர்த்தியாக மோனத்தில் இருந்தான். அந்த மோனம் கலைந்த பிறகு அறத்தின் வடிவமாகிய பார்வதியை மணம் செய்து கொண்டான். உலகத்தில் அறத்தை நன்கு நிலைநிறுத்தி வளரச் செய்ய வேண்டு மென்று கருதியே அறப்பெருஞ் செல்வியை மணந்தான். அந்தத் திருமணத்திற்குப் பின்பு முருகன் அவதரித்தான். முருகன் திருஅவதாரத்தினால் அறம் வளர்ந்தது; மறம் நலிவுற்றது.

காந்தியின் விளக்கம்

தவறான வழியில் சென்று குடி காமம் முதலியவற்றால் அலைப்புண்டு திரிந்த தம் மூத்த மகன் ஏன் அப்படி இருந்தான் என்பதற்கு மகாத்மா காந்தி விளக்கம் சொன் னார். "நான் காம உணர்ச்சியோடு என் மனையாட்டியை நாடிய காலத்தில் பிறந்தவன் அவன். அதனால் இப்படி இருக்கிறான்"என்று அவர் சொன்னார். அற நினைவு மாறி, இன்பம் ஒன்றையே

குறியாகக் கொண்டு மனையாட்டியோடு சேர்ந்து வாழ்ந்தால் அது விலைமகளோடு வாழ்கின்ற வாழ்க்கை ஆகிவிடும்.

அறமும் இன்பமும்

இதனை நினைந்தே அருணகிரியார், "பெண்களிடத்தில் அறத்தைக் கருதாமல் வெறும் இன்பத்தை மாத்திரம் எண்ணி மயக்கம் அடைந்து அதனால் உய்யும் வகையை இழந்தேன்"என்று பேசுகின்றார்.

பாலே அனைய மொழியார்தம் இன்பத்தைப் பற்றிஎன்றும்
மாலேகொண்டு உய்யும் வகைஅறியேன்.

அறத்தைப் பற்றிக்கொண்டு அதனோடு நிழல்போல வருகின்ற இன்பத்தை நுகர்ந்து அதனால் வீடு அடைவதற் குரிய வழியில் நின்று வாழ்கின்ற வாழ்க்கை சிறந்த இல் வாழ்க்கை ஆகும். அந்த வாழ்க்கையில் மயக்கம் இல்லை; தெளிவு பிறக்கும். அப்போதைக்கப்போது கிடைக்கிற இன்பத்தோடு அறத்தினால் வருகின்ற பயனும் அந்த அறம் மேன்மேலும் வளர்ச்சிபெற்று வருவதற்கு உரிய பரம்பரை வளர்ச்சி ஆகிய மகப்பேறும் கிடைக்கும். இவற்றையெல் லாம் மறந்து வெறும் இன்பத்திற்கு மாத்திரம் மங்கையர் கள் இருக்கிறார்கள் என்று நினைப்பதைப் போன்ற பேதைமை வேறு இல்லை.

பரம்பரையின் இயல்பு

ஒரு மனிதனுடைய மனப் பண்பை அவனுடைய குழந்தைகளின் இயல்பு காட்டும் என்கிறார் திருவள்ளுவர்.

"தக்கார் தகவிலர் என்ப தவரவர்
எச்சத்தால் காணப் படும்."

ஒருவர் நாள்தொறும் கோயிலுக்குப் போய் ஆண்டவனுக்குப் பூசை செய்து வருகிறார். அவருக்குப் பிறக்கும் குழந்தை

கடவுளே இல்லை என்று சொல்லித் திரிகிறான். இது ஏன் என்றால் கோயிலுக்கு அவர் உடம்பு சென்றது. உள்ளத்தில் வேறு ஏதோ நினைவு அவருக்கு இருந்திருக்கிறது. அதன் விளைவு இப்படி ஆயிற்று. அந்த உடம்பில் இராதது இந்த உடம்பில் வருகிறது. உள்ளத்தால் வாழ்கின்ற வாழ்வுதான் உண்மையான வாழ்வு. உள்ளத்தில் எத்தகைய இயல்பு சிறந்து இருக்கிறதோ அதுவே அவனுடைய குழந்தைகளிடத்திலும் வரும். அதனால் தான் அப்படி வள்ளுவர் பாடினார்.

தர்மத்துக்குத் துணையாக மனையாட்டியை நினைந்து அவளோடு அறத்தைச் செய்து இடையிடையில் இன்பத்தையும் நுகர்ந்து வாழ்ந்தால் அவர்களுக்குப் பிறக்கின்ற குழந்தைகள் நல்ல குழந்தைகளாகப் பிறக்கும். அப்படியின்றி இன்பத்தை மாத்திரம் எண்ணி வாழ்ந்தால் அவருடைய வாழ்வும் பயனற்றுப் போய், பிற்காலத்துச் சந்ததியும் நல்ல வகையில் அமையாது.

இறைவன் தாள்

என்னுடைய அறிவு அறத்தைப் பற்றிக்கொள்ளாமல் இன்பத்தைப் பற்றிக்கொண்டமையினால் வாழும் வகை தெரியாமல் மயக்கமுற்றுக் கிடக்கிறேனே ! கொம்பு இல்லாமல் கொடி துவளுவது போல நான் துவளுகின்றேனே ! இதற்கு நான் என்ன செய்வேன், ஆண்டவனே! உன் தாளைத் தேடிக்கொண்டு வரும் நிலைமையில் நான் இல்லை. அதனைப் பற்றிக்கொண்டால்தான் எனக்கு நன்மை உண்டாகும் என்று தெரிகிறது. என்னுடைய முயற்சியினால் அதனை அடைவதற்கு வகை இல்லாமல் இருக்கிறேன். நீயே உன்னுடைய பெருங் கருணையினால், தாமரை மலர்போன்ற திருத்தாளைத் தரவேண்டும்'' என்கிறார் அருணகிரியார்.

உய்யும் வகைஅறியேன் மலர்த்தாள் தருவாய்.

எம்பெருமானுடைய தாமரை போன்ற மலர்த்தாள் சுத்த ஞானத்தின் அடையாளம்.

"தொண்டர்கண்டு அண்டிமொண்டு உண்டு இருக்கும் சுத்த ஞானம்எனும்
தண்டையம் புண்டரிகம் தருவாய் "

என்று பிறிதோரிடத்தில் சொல்கிறார். இறைவனுடைய திருவடியைப் பற்றிக் கொள்வதாவது ஞானத்தைப் பெறுதல். ஞானம் உண்டானால் அறியாமை நீங்கும். மாயை நம்மிடத்தில் இடம் பெறாது.

பாலே யனைய மொழியார்தம் இன்பத்தைப் பற்றி, என்றும்
மாலேகொண்டு உய்யும் வகைய றியேன்; மலர்த்தாள் தருவாய்.

எம்பெருமான் ஞான மயமானவன். அவனுடைய மலர்த்தாள் ஞானத்தின் பீடம். அதனைப் பற்றிக்கொள்கிறவனுக்கு ஞானம் உண்டாகும்; அஞ்ஞானம் போய்விடும். சோர்வு, துன்பம் ஆகியவை அகன்றுவிடும்.

அகன்றுவிடும். அதனை நினைந்தே, "மயல் பட்டு, உய்யும் வகை தெரியாத எனக்கு ஞானமயமான உன் மலர்த்தாளைப் பற்றிக்கொள்ளும் வகையை அருளவேண்டும்"என்று அருணகிரியார் சொன்னார்.

இனி இந்தத் துதியை யாரை நோக்கிச் சொல்கிறாரோ அந்தப் பெருமானைப் பற்றிய செய்திகள் பின்பு வருகின்றன.

2

ஆதிசேடன்

முருகன் திருமாலுக்கு மருகன். அந்த உறவை எண்ணும்போது அருணகிரியார் திருமாலின் பெருமையையும் உடன் சொல்வதை நாம் பல இடங்களில் பார்த்திருக் கிறோம்.

திருமால் ஆதிசேடன்மேல் படுத்துக்கொண்டிருக்கிறார். ஆதிசேடனாகிய பாம்புக்குக் கால் இல்லை. பாம்பு காற்றையே உணவாகக் கொள்ளும் என்று சொல்வார்கள்.

ஆதிசேடன் என்னும் பாம்பு காற்றை மிகவும் உண்டு, காலே இல்லாத உருவோடு இருக்கிறது. ஆயிரம் தலையை உடையது அது. படத்திற்குப் பணம் என்று பெயர். ஒரே கூட்டமான பணத்தை உடைய ஆதிசேடன்மேல் திருமால் பள்ளிகொண்டிருக்கிறார். 'கால்'என்பதற்குக் காற்று என்றும், நடக்கும் கால் என்றும் இரண்டு பொருள் உண்டு. இதை வைத்துக்கொண்டு அருணகிரியார் இங்கே சமத்காரமாகப் பாடுகிறார்.

காலே மிகஉண்டு, காலே இலாத கணபணத்தின் மேலே துயில்கொள்ளும் மாலோன் மருக!

காலே மிக உண்டு என்று சொன்னார். பின்னர்க் காலே இலாத என்று மாறுபடுவது போலச் சொன்னார். முன்னால் உள்ள கால் என்பதற்குக் காற்று என்று பொருள். பின்னாலே உள்ள கால் என்பதற்குப் பாதம் என்று பொருள். காற்றை மிகுதியாக உண்டு, காலே இல்லாத, கூட்டமான படத்தை உடைய ஆதிசேடன் மேலே துயில் கொள்ளும் திருமால் என்று பொருள் கொள்ளவேண்டும்.

பாம்பு காற்றை மிகுதியாக உண்டு நல்ல படுக்கையாக அமைந்திருக்கிறது. காற்றை ஊதிய தலை அணையையும், படுக்கையையும் பிரயாணம் செய்கிறவர்கள் வைத்திருக்கிறார்கள், இக்காலத்தில். ஆதிசேடன் மூச்சு விடும் போது அதன் உடம்பு மேலும் கீழும் ஏறி இறங்கும். அது நல்ல வில்விசையுடைய மெத்தைபோல இருக்கும். அதில் படுத்து உறங்கினால் சுகமாகத் தூக்கம் வரும் அல்லவா? அது மாத்திரம் அன்று. பாம்பு குளிர்ச்சியாக இருக்கும். மெத்தென்ற மெத்தை, தாழ்ந்து உயரும் சுகமான மெத்தை, குளிர்ச்சியான மெத்தை - இப்படியாக அமைந் திருக்கிறது ஆதிசேடன். இதன் மேலே திருமால் துயில்கிறார்.

பாம்பு என்றால் படையும் நடுங்கும் என்பார்கள். ஒரு படத்தை உடைய நாகப்பாம்பைக் கண்டால் உலகமே அஞ்சி நடுங்குகிறது. ஆயிரம் தலையையுடைய ஆதிசேடன் மேல்,

அதையே படுக்கையாகக் கொண்டு அச்சம் இல்லாமல் தூங்குகிறார் திருமால். தூங்குவது கவலையின்மையைக் காட்டுவதற்கு அறிகுறி. மற்ற எந்தக் கவலையும் இல்லா திருப்பதோடு, இந்தப் பாம்பு கடித்துவிடுமே என்கிற கவலையும் இல்லாமல் பாம்புப் படுக்கையின்மேல் திருமால் துயில்கிறார்.

கணபணத்தின் மேலே துயில்கொள்ளும்.

கணபணம் - பணங்களின் கூட்டம். அத்தகைய திருமாலினுடைய மருகன் ஆகிய முருகனே என்று விளித்து இந்தப் பாட்டைப் பாடுகிறார்.

மாலோன் மருகசெவ் வேலவனே!

நாகமும் பெண்களும்

நாம் உலகமாகிய மாயையில் சிக்கி, பெண்களிடத்தில் இன்பத்தைப் பற்றி நின்று அறத்தை மறந்து மயல் கொண்டு தவிக்கிறோம். இந்தக் காரணத்தால் பெண்களை எல்லாம் வெறுக்கலாமா? நல்ல பொருளாக இருப்பவற்றிலும் நம்முடைய அழுக்குச் சம்பந்தத்தால் அழுக்கைக் காண்கிறோம். நஞ்சை உடைய நாகத்தில் மாணிக்கம் இருக்கிறது. நஞ்சைக் கக்காமல் நாகத்தை அமிழ்த்தி வைத்திருக்கிறவனுக்கு அந்த மாணிக்கம் கிடைக்கும். பாலே அனைய மொழியாரிடத்தில் காமத்தைக் கருதாமல் அறத்தைக் கருதினால் நல்ல பயன் உண்டாகும். பாம்பை அடக்கும் வித்தையை நன்கு கற்றிருக்கும் குடும்பம் முருகப்பெருமானின் குடும்பம். அவனுடைய மாமா ஆதிசேடனின் ஆயிரம் படங்களையும் அமிழ்த்தி, அதனைத் தமக்குப் படுக்கையாகக் கொண்டு கவலை இல்லாமல் உறங்குகிறார்.

"எல்லோரும் அஞ்சுவதற்குரிய பொருளைக் கண்டும் அஞ்சாமல் அடக்கி வைக்கக்கூடிய திருமாலின் மருகன் நீ.

அச்சமின்றி அற நினைவோடு இன்பம் பெற்று வாழ்வதற் குரிய துணையாகிய மகளிரிடத்தில் நான் நன்மை பெறாமல் தீமை பெறுகின்றேனே! இது நியாயமா?"என்ற குறிப்பும் இந்தப் பாட்டில் தோன்றுகிறது.

வேலவன்

இங்கே முருகனை, "செவ்வேலவனே" என்று விளிக்கிறார். இறைவனுடைய திருக்கரத்தில் இருக்கிறது ஞானம் ஆகிய வேல். அஞ்ஞானம் ஆகிய அறியாமையினால் மகளிரிடத்தில் மால்கொண்டு துன்பப்படுகின்ற நமக்கு வேலைத் தன் திருக்கரத்தில் கொண்டு நிற்கின்ற முருகன் ஞானத்தை அருள்வான். அவன் நஞ்சுக்குப் பயப்படாத நாயகனுடைய மருமகன். ஆதலால் அவனைச் சார்ந்தவர்களுக்கு நஞ்சு போன்ற மாயையின் துன்பம் இராது. அறியாமை அகலும். இந்த நினைவை எல்லாம் எண்ணியே இந்த அருமையரின பாட்டை அருணை முனிவர் பாடியிருக்கிறார்.

பாலே அனைய மொழியார் தம்
இன்பத்தைப் பற்றிஎன்றும்
மாலேகொண்டு உய்யும் வகை வகைஅறி
யேன்;மலர்த் தாள் தருவாய்;
காலே மிகஉண்டு காலே
இலாத கணபணத்தின்
மேலே துயில்கொள்ளும் மாலோன்
மருக! செவ் வேலவனே!

[பால் போன்ற இனிய மொழியையுடைய மகளிரின் இன்பத்தைக் கைப்பற்றி எப்போதும் காம மயக்கத்தைக் கொண்டு, உய்யும் முறையை அறியாமல் இருக்கிறேன்; தாமரை மலரைப் போன்ற திருவடியைத் தருவாயாக; காற்றை மிக உண்டு கால் களே இல்லாத கூட்டமான படங்களை யுடைய பாம்பின் மேலே கண் வளரும் திருமாலின் மருகனே! செம்மையான வேலை உடையவனே! மால் - காம மயக்கம். கால் - காற்று, பாதம். கணம் கூட்டம். பணம்-படம்.]

வணங்காத் தலை

1

"இரும்பு பிடித்தவன் கையும், சிரங்கு பிடித்தவன் கையும் சும்மா இரா"என்பது பழமொழி. இது மனத் திண்மை அற்றவனுக்கே பொருந்தும். மனத்திலே நடு நிலைமை வழுவாத ஞானிகளோ, கையிலே இரும்பு இருந்தாலும், சிரங்கு இருந்தாலும் கையை அசைக்க மாட்டார்கள். அவர்களுக்கு வாள் பிடித்திருக்கும் கை துருதுருப்பது இல்லையா? சிரங்கு பிடித்த கையில் அரிப்பு இருக்காதா? இருக்கும். ஆனால் அவர்கள் மனத்திலே திண்மை மிகுதியாக இருப்பதால் இவ் வுணர்ச்சிகள் செத்துப் போனாற்போல, மரத்துப்போனாற் போல, அடங்கிக் கிடக்கின்றன?

ரமணர் செயல்

முன்பே ஒரு முறை ரமண மகரிஷிகளைப் பற்றிச் சொல்லி யிருக்கிறேன். வண்டுக் கூட்டத்தின் நடுவிலே அவர் காலை வைக்க அவ்வண்டுகள் காலைக் கடித்தாலும், "ஏ, காலே, நீ ஏன் வண்டுக் கூட்டத்தைக் கலைத்து அவற்றுக்குத் துன்பத்தை விளைவித்தாய்? அதன் பலனை அடையத்தான் வேண்டும்; படு, படு"என்று சொன்னாராம். வண்டுகளின் கடியை அவர் உடம்பு உணரவில்லை என்று சொல்ல இயலாது. அப்படித் தெரிந்த உணர்ச்சியினாலே அவர் மனம் கலங்கவில்லை. அவர் சரீரத்தோடு வாழும் போதே அதனினின்றும் வேறுபட்டு நின்றார். இது எல்லோருக்கும் முடியுமா என்று கேட்கலாம்.

கல்லுளி மங்கன் இயல்பு

கல்லுளிமங்கன் தன் கையைக் கீறிக் கொள்ளுகிறான். ஒழுகுகின்ற ரத்தத்தைத் துடைத்துக் கொண்டே மேலும் கீறிக்

கொண்டு பிச்சை கேட்கிறான். அந்தக் கோரக் காட்சியைப் பார்த்து எத்தனையோ பேர் காசைக் கொடுத்து விடுகிறார்கள். கையைக் கீறிக் காயமாவதனால் அவனுக்குத் துன்பம் இல்லையா? உண்டு. ஆனால் பிச்சைக் காசிலே அவனுக்கு இருக்கும் ஆசையின் வலிமை, கையைக் கீறிக் கொள்ளும் போது ஏற்படுகின்ற உணர்ச்சியை உணர்ந்தும் அதைப் பொருட்படுத்தாத திண்மையை அளிக்கிறது. இது வறுமையினால் உண்டாகும் மனத்திண்மை.

வீரன் நிலை

வீரத்தினால் எழுகின்ற மனத்திண்மையும் உண்டு. போர்க்களத்திலே ஒரு வீரன் தன்னைத் தாக்க வரு கின்ற யானையை எதிர்த்தான். தன் கையிலுள்ள வேலை விட்டு யானையைக் கொன்றான். அந்த வேல் யானையின் உடலில் புகுந்து விட்டது. கையில் வேறு படை இல்லை. போர்க் கருவி எதுவுமின்றி, தன்னைத் தாக்க வருகின்ற பகைவரோடு போர் செய்ய என்ன ஆயுதம் கிடைக்கும் என்று சற்றே யோசித்தான். குனிந்தான். தன் மார்பிலே பகைவர்கள் வீசிய வேல் ஒன்று இருந்தது. அதைப் பறித்துக் கொண்டு போர் செய்தான்.

"கைவேல் களிற்றொடு போக்கி வருபவன்
மெய்வேல் பறியா நகும்"

என்பது குறள். வேல் உடலில் தைத்த போதும் 'வலிக்கிறதே'என்று அவன் அழவில்லை. உடலில் பாய்ந்து நிற்கும் வேலை உருவிய போதும், "நோகிறதே"என்று அவன் கலங்கவில்லை. அவனுக்கு உணர்ச்சி இல்லாமலா போய் விட்டது? வலி உணர்ச்சி இருக்கும். வெற்றியின் மேல் உள்ள காதலின் வலிமை சரீர அபிமானத்தை மறக்கச் செய்தது. அந்த அளவுக்கு அவன் மனம் மரத்து விட்டது.

பிச்சை வாங்கிப் பிழைக்கிற கல்லுளிமங்கன் காசினிடம் உள்ள பற்று மிகுதியால் கைகளைக் கீறிக்கொள்ளும்போது துன்பத்தை உணராத மனத்திண்மை யவனாக இருக்கிறான்

என்றால், போர்க்களத்திலே அமர் செய்யும் வீர மகன் தன் மார்பிலே தாங்கி நிற்கும் வேலினால் ஏற்படும் நோவை உணராது வெற்றியின்மேற் கொண்ட காதலால் அதையே பறித்துக்கொண்டு போராடும் அளவுக்கு மனத்திண்மை உடையவனாக இருக் கிறான் என்றால், அருளியலிலே வாழ்கின்ற மக்களுக்கு, எம் பெருமானின் தாளைப் பற்றுக்கோடாகக் கொண்டு வாழ் கின்ற மக்களுக்கு, மிகப் பெரிய உயர்ந்த லட்சியத்தை மனத்திடையே கொண்ட மக்களுக்கு, அதைவிடப் பன் மடங்கு மனத்திண்மை இல்லாமலா போகும்?

மெய்ப்பொருளார் வரலாறு

"மெய்த்தவ வேடமே மெய்ப்பொருள்"என்ற லட்சியத்தைக் கொண்டு வாழ்ந்த அரசர் மெய்ப்பொருள் நாயனார். அவருடைய பகைவன் முத்திநாதன் எத்தனையோ தடவைகள் படை எடுத்து வந்து நாயனாரை வெல்ல முடியாமல் தோற்று ஓடிப் போனான். நேருக்கு நேர் நின்று அவரை வெல்லும் ஆற்றல் தனக்கு இல்லை என்பதை உணர்ந்து கொண்ட அவ் வஞ்சகன் எப்படியாவது அவரைக் கொன்றுவிட வேண்டுமென்று முடிவுகட்டினான்.

மெய்ப்பொருள் நாயனார் மெய்த்தவ வேடமே மெய்ப் பொருள் எனக் கொண்டு வாழ்பவர் என்பதை அவன் உணர்ந்தவனாகையால் சிவனடியார் வேடம் தாங்கிச் சென்றான். உடம்பெல்லாம் நீறு பூசிக் கையிலே ஒரு புத்தகக் கட்டுப்போன்ற ஒன்றை வைத்துக்கொண்டு அதில் மறைவாக ஒரு வாளைச் செருகிக் கொண்டு போனான். நேரே மெய்ப்பொருள் நாயனாரை அணுகி, "எங்கும் கிடைக்காத ஓர் ஆகம நூல் எனக்குக் கிடைத்திருக்கிறது. அதை உனக்கு உபதேசிக்கலாம் என்று வந்தேன்" என்றான். நாயனார் அந்த உபதேசத்தைக் கேட்கப் பணிந்து நின்றபோது அந்த வஞ்சகன் வாளை உருவி அவரைக் குத்தி விட்டான். அப்பொழுது அவர் அவனை எதிர்க்கவில்லை. அவனைத் தொழுவதையும்

நிறுத்தவில்லை. இதைச் சேக்கிழார் பெரிய புராணத்தில் சொல்கிறார்.

**"கைத்தலத் திருந்த வஞ்சக் கவளிகை மடிமேல் வைத்துப்
புத்தகம் அவிழ்ப்பான் போன்று புரிந்தவர் வணங்கும்போழ்தில்
பத்திரம் வாங்கித் தான்முன் நினைந்த அப் பரிசே செய்ய
மெய்த்தவ வேட மேமெய்ப் பொருள்எனத் தொழுது
வென்றார்"**

என்பது அவர் பாடல்.

வென்றவர் யார்?

முத்தி நாதன் மெய்ப்பொருள் நாயனாரைத் தொலைத்து விட வேண்டுமென்று வந்தவன். அவன் தன் எண்ணத்தை நிறைவேற்றிக் கொண்டான். அதுவரையில் பலமுறை போர் செய்து மெய்ப் பொருளாரை வெல்ல முடியாமல் தோல்வியுற்றே வந்தான். இப்போதோ சேனை இல்லாமலே ஒரு வாளைக் கொண்டே தன் காரியத்தைச் சாதித்துக் கொண்டான். ஆகவே, அவன்தான் வெற்றி அடைந்தான் என்று சொல்ல வேண்டும். மெய்ப் பொருளார் உயிர் விடும் நிலையில் இருக்கிறார். அவர் முத்திநாதனுக்கு வெற்றியை வழங்கி விட்டார். இனி உயிரை வழங்கப் போகிறார். அப்படியிருக்கச் சேக்கிழார் இந்தப் பாட்டில் மெய்ப்பொருள் நாயனார் வென்றார் என்று சொல்லி யிருக்கிறார். அது பொருந்துமா?

சேக்கிழார் மாத்திரம் இப்படிச் சொல்லவில்லை. பெரிய புராணத்துக்கு ஆதாரமாகிய திருத்தொண்டத் தொகையில் சுந்தரமூர்த்தி சுவாமிகளும் இப்படியே சொல்கிறார்.

"வெல்லுமா மிகவல்ல மெய்ப்பொருளுக் கடியேன்"

என்று பாடுகிறார். இதைச் சற்றே ஆராய வேண்டும்.

மெய்ப்பொருள் நாயனாரும் முத்திநாதனும் சமமான நிலையிலிருந்து ஒருவரை ஒருவர் எதிர்த்தால் அதைப் போரென்று சொல்லலாம். போரில் வெற்றி தோல்வி உண்டு. இன்னார் வென்றார், இன்னார் தோற்றார் என்று சொல்லலாம். இங்கே மெய்ப்பொருளார் உபதேசம் கேட்கப் பணிந்தார். முத்திநாதன் வாளெடுத்துக் குத்தி னான். அவன் செய்தது போரன்று. அது கொலை. ஆகவே அவன் வெற்றி பெற்றான் என்று சொல்வது பிழை. அவன் நினைத்த எண்ணம் கைகூடியது என்று வேண்டுமானால் சொல்லலாம். அவனுக்கு வெற்றி இல்லை என்றால், மெய்ப் பொருளாருக்குத் தோல்வியும் இல்லை.

ஆனால், சேக்கிழார் மெய்ப்பொருள் நாயனார் வெற்றி பெற்றார் என்றல்லவா சொல்கிறார்? அது எவ்வாறு பொருந்தும்?

எது வென்றது?

முத்திநாதனுக்கும் மெய்ப்பொருள் நாயனாருக்கும் போர் நிகழவில்லை என்பது உண்மை. ஆனால் வேறு போர் அங்கே நிகழ்ந்தது. அது மிகவும் நுட்பமான போர். மெய்ப்பொருள் நாயனாருடைய கொள்கை, "மெய்த்தவ வேடமே மெய்ப்பொருள்"என்று தொழுவது. அந்தக் கொள்கையின்படி அவர் முத்திநாதனை வணங்கினார். அப்போது அந்தக் கொள்கையைத் தளரச் செய்ய ஒரு நிகழ்ச்சி நடந்தது. முத்திநாதன் வாளெடுத்துக் குத்தினான். மெய்ப் பொருள் நாயனாருடைய உடல் உயிரை இழக்கும் நிலையை அடைந்தது. உடம்பின் வேதனையும் உள்ளத்தின் கொள்கையும் எதிரெதிரே நின்று போராடின. சரீராபிமானம் வென்றதா, கொள்கை வென்றதா என்பதை நோக்க வேண்டும். அவர் தம் கொள்கையை விடாமல் தொழுதார். அதனால் அவர் வெற்றி பெற்றார்; அவர் லட்சியம் வென்றது.

முத்திநாதன் கத்தியால் குத்தியவுடனே மெய்ப் பொருள் நாயனார் இறந்து விடவில்லை. கத்தி அவர் மார்பிலே

இருக்கிறது. புற உடம்பு துடிக்கிறது. "வஞ்சனைக் காரன் குத்திவிட்டான் பார்!"என்று துடிக்கிறது மனம். கத்தியால் முத்திநாதன் குத்தியபோது புறத்திலே அவன் தாங்கி நின்ற சிவனடியாரின் தவவேடம் கலையவில்லை. அது அப்படியேதான் இருந்தது. மெய்ப்பொருள் நாயனார் கை கூப்பியது எதற்காக? அந்தத் தவ வேடத்திற்காகத்தான். அந்த வேடம் கலையாமல் அப்படியே இருக்கும்போது கூப்பிய அவரது கை, வாள் எடுத்து அவனோடு போராடலாமா? போராட வேண்டும் என்றது புறச் சரீர அபிமானம், ‘‘கூடாது. மெய்த்தவ வேடமே மெய்ப்பொருள் என்று நீ வாழ்வதனால்தானே மெய்ப்பொருள் நாயனார் என்கி ற புகழையும் பெற்றாய்? அத் தவவேடம் அப்படியே உள்ளது. ஆகவே கூப்பிய கை பிரியக்கூடாது"என்றது பலகாலமாகக் கடைப்பிடித்து வரும் கொள்கை அபிமானம். இரண்டுக்கும் நடந்த போரின் முடிவு என்ன?

கொள்கையின் வெற்றி

மெய்ப்பொருள் நாயனார் முத்திநாதன் குத்திய செயலை மாத்திரம் பார்த்து, அவன் பூண்டிருக்கும் வேடத்தை மறக்கவில்லை. கத்தி மார்பிலே பாய்ந்தபோது அவருக்கு வலி இருந்திராதா? நிச்சயமாக இருந்திருக்கும். தம்மைக் கத்தியால் குத்தியவன் வஞ்சகன், சிவனடியார் வேடத்தைப் புனைந்து தன் முன் நிற்கிறான் என்பதை அவர் உணரவில்லையா? உணர்ந்தார். இருந்தும் அவன் சிவவேடம் கலையாமல் நின்றான். ஆகையால் அவனைத் தொழுதார்.

அவனை ஓடிவந்து தாக்கப்போன காவலாளியாகிய தத்த னிடம், "தத்தா, இவர் நம்மவர்; இவருக்கு எவ்விதத் தீங்கு மின்றி நீயே துணையாகச் சென்று வெளியே விட்டுவிட்டு வருவாயாக"என்று பணித்துக் கீழே விழுந்தார். மெய்ப் பொருள் நாயனாரின் இருதயத்தில் ஊன்றி நின்ற கொள்கை அபிமானத்திற்கும், அவரது சரீர அபிமானத்திற்கும் நடந்த சண்டையில் சரீர அபிமானம் செத்தது; அவரு டைய உடம்பு

இறந்தேவிட்டது. ஆயினும் அவர் லட்சியம் வென்றது."தங்கள் ஆணைப்படியே அவனை ஆபத்து இன்றி ஊருக்கு வெளியே கொண்டுபோய் விட்டு வந்தேன்"என்று தத்தன் மீண்டு வந்து சொல்லும் அளவும் உயிரைத் தாங்கி நின்றார். அதனால் மெய்ப்பொருள் நாயனார் வென்றார். தொழுத கையைக் கடைசி வரையிலும் பிரிக்காது, தம் கொள்கையிலே கொண்ட முறுகிய காதலால் சரீர அபிமானம் செத்துப் போகச் செய்து மெய்ப்பொருள் நாயனார் வென்றார். ஆகவேதான்,

"மெய்த்தவ வேட மேமெய்ப் பொருளெனத் தொழுது வென்றார்"என்கிறார் சேக்கிழார்.

அவருக்குச் சரீர வேதனை இல்லாமற் போகவில்லை. ஆனால் அதனைப் புறக்கணித்தார். இந்த ஊன் நிறைந்த உடம்பை அவர் உறுதியினால் விட்டவரானார். இறைவன் திருவருளால் மனத் திண்மை பெறாத மக்கள் உடம்பாகிய கருவியைப் பொல்லாத வழியிலே பயன்படுத்திச் சொல்ல முடியாத தொல்லைகளை அநுபவிக்கிறார்கள். பிச்சைக் காசுக்கு ஆசைப்படும் மனம் புற உடம்பிலே விழுகின்ற கீறல் காயங்களை உணராமல் மரத்துப் போவது போல, வெற்றியிலே கொண்ட காதல் மனம் மார்பில் பாய்கின்ற வேலினால் உண்டாகும் துன்பத்தை உணராது மரத்துப் போவதுபோல, முத்திநாதனின் சிவவேடமே மெய்யெனக் கொண்டு தொழுத மெய்ப்பொருள் நாயனார் அவன் தம்மைக் கத்தியால் குத்தியபோதும் வேடத்தைத் தொழுத படியே நின்றார். அவர் மனம் கத்திக்குத்தின் துன்பத்தை அறியாமல் மரத்துப் போயிற்று; இது நடக்கும் என்று தோற்றவில்லையா? அவர்களுக்கு அவரவர்களுடைய அளவிலே சரீர அபிமானம் போய்விட்டது. கீறிய காயத்தைப் பொருட்படுத்தாமல் இருப்பது சாமானிய நிலை. மார்பிலே வேல்பட்ட நோவை உணராது இருப்பது அதையும்விடச் சிறந்த நிலை. வஞ்சகன் மார்பிலே கத்தியைச் செருகியபோதும் அவன் தவவேடம் கண்டு தொழுத கை பிரிக்காது நின்ற மெய்ப்பொருள்

நாயனாரது நிலை மிகவும் உயர்ந்தது. இறைவன் திருவருளைச் சிந்தித்து வாழ்வார் களுக்கு இத்தகைய நிலை வரும்.

மெல்ல மெல்ல

அது மெல்ல மெல்லப் பழகிப் பழகி வரவேண்டும் பக்கத்தில் நிற்பவனுடைய கால் தவறிப்போய் நம்மேல் பட்டுவிட்டால் நமக்குக் கடுமையான கோபம் வருகிறது. நம்முடைய வீட்டுக் குழந்தையின் கால் நம்மேல் பட்டால் கோபம் வருகிறதா? குழந்தை உதைக்கிறது என்று சொல்லி அதன்மேல் ஆத்திரம் கொள்கிறோமா? பிறருடைய கால் நம் உடம்பின்மேல் படுவது இரண்டிடத்தும் பொதுவாக இருக்கிறது. அதை உதையாகவும் பார்க்கலாம்; ஸ்பரிசமாகவும் பார்க்கலாம். இந்த இரண்டு வகையில், நாம் பார்ப்பது நம்முடைய மனோபாவத்தைப் பொறுத்திருக்கிறது. நம்முடைய பாவம் தவறாக இருந்தால் தவறாகத் தான் பார்ப்போம்: நம்முடைய பாவத்திலே அபிமானம் நிறைந்து இருந்தால் அபிமானம் நிறைந்த தாய் உள்ளத் தோடு அன்பாகவே பார்ப்போம்.

இப்படியே உலக இயலில் எம்பெருமானிடத்தில் அபிமானம் வைத்துவிட்டால் எல்லாவற்றையும் நல்லனவாகவே உணருகின்ற நிலையும், எல்லோருக்கும் நல்லனவற்றையே செய்கின்ற ஆற்றலும் அடைந்துவிடலாம். பிறரிடத்தில் வைக்கும் அன்பு இறைவன்பால் உள்ள பக்தியால் வளரும். எல்லோரிடமும் அன்பு வைத்தால் நம் சரீர அபிமானம் மெல்ல மெல்லக் கழன்று போகும்.

எத்தனை வேகமாக நாம் இப்போது நடை போடுகிறோம்! ஆனால் குழந்தையாக இருக்கும்போது இந்த நடையைப் பயில எத்தனை முறை கீழே விழுந்திருப்போம்! நடைவண்டியைப் பிடித்துக் கொண்டும், தாயின் கையைப் பிடித்துக் கொண்டும் சுவரைப் பிடித்துக் கொண்டும், நடை பயின்றிருப்போம். சாமானிய நடைக்கே, உடம்பு நடக்கிற நடைக்கே அத்தனை பழக்கம் வேண்டுமானால் மனம் நல்ல பாதையில் செல்கிற நடைக்கு எத்தனை பழக்கம் வேண்டும்!

உடம்பு நடக்கிற நடை மிகச் சாமானியமானது. உரை நடக்கும் நடையும் சாமானியந்தான். மனம் நடக்கிற நடைதான் மிகக் கடினமானது. மனம் நடக்கிற நடைக்குத் தான் ஒழுக்கம் என்று பெயர்.

'ஐயா என்ன, நல்ல நடை உடையவரா?" என்று கேட்டால், "அவர் நடையா? அவர் காலை விந்தி விந்தி நடப்பவராயிற்றே !'என்றா பதில் சொல்கிறோம்? அப்படிச் சொன்னால் தமிழ் மரபு தெரியாதவர் ஆகிறோம். நடை என்பது அங்கே ஒழுக்கத்தைக் குறிக்கும். நல்ல ஒழுக்கம் உடையவனை, "நல்ல நடை உடையவன்" என்று சொல்வார்கள் தமிழர்கள். மனம் நடந்து செல்கிற வழிக் குத்தான் மார்க்கம் என்று பெயர். இந்த மார்க்கத்தைக் காட்டுபவர்களை, மன நடைக்கு, ஒழுக்க நெறிக்கு வழி காட்டுபவர்களை, மார்க்க தரிசிகள் என்றும், சமயாசாரியர்கள் என்றும் சொல்கிறோம். அவர்கள் காட்டுகின்ற மார்க்கம் மனத்தோடு பொருந்திய மார்க்கம். அதுதான் சமய நெறி ஆகும். அவ் வழியில் செல்ல வேண்டுமானால் மனம் மெல்ல மெல்ல அன்பு மயமாக வேண்டும்.

சமய நெறி

யாரிடமாவது போய் வழி கேட்டால் உடனே, "அப்பா, நீ எங்கே போக வேண்டும்?"என்று கேட்பார்கள். புறப்படுகிற இடத்திற்கும், சென்று சேருகிற இடத்திற்கும் இடையில் உள்ளதுதான் வழி ஆகும். இந்த இரண்டும் இல்லாதபோது வழிக்கு இடம் இல்லை. நாம் இருக்கிற இடம் மாயப் பிரபஞ்சம். சென்று சேருகிற இடம் எது? எல்லா உயிர்களும் சென்று சேருகிற இடம் ஆண்டவனுடைய திருத்தாள் தான். நாம் இருக்கிற இடத்திலிருந்து இறைவனுடைய தாளைச் சென்று சேருகிறதற்கு இடையிலுள்ளது ஒரு நெடிய வழி. இந்தச் சமயமாகிற நெறி எல்லோருக்கும் ஒன்றாக இருக்கும் என்றோ, இருக்க வேண்டுமென்றோ சொல்ல முடியாது. சேருகிற இடம் ஒன்றாக இருந்தாலும் அவரவர்கள் இருக்கிற

இடம் வேறுபட்டிருப்பதால் அதற்குத் தக்கபடி வழியும் மாறும்.

மயிலாப்பூரில் உள்ளவன் மவுண்ட்ரோடு போக வடக்கே போகிறான். திருவொற்றியூரில் உள்ளவன் தெற்கேதான் வரவேண்டும். தெற்கே வருபவனுக்கும், வடக்கே வருபவனுக்கும் வழி வேறாக இருந்தாலும் இருவருக்கும் லட்சியமாகிய மவுண்ட்ரோடு வந்துவிட்டால் இருவரும் தங்கள் வேற்றுமைகளை மறந்து ஒன்றுபட்டு விடுகிறார்கள். இப்படி வெளிவட்டத்தில் இருக்கும்போது பல பல சமய நெறிகளில் வேறுபாடு காண்கிறவர்கள் மையப் புள்ளியாகிய, லட்சியப் பொருளாகிய, ஆண்டவனுடைய திருத்தாள் அடியிலே வந்து சேர்ந்தவுடன் வேறுபாடுகளை மறந்து ஒன்றுபட்ட நிலையை அடைகிறார்கள். எந்த நாட்டைச் சேர்ந்தவர்களாக இருந்தாலும், எந்தச் சமயத்தைச் சேர்ந்தவர்களாக இருந்தாலும், எந்த ஆசாரத்தைப் பின் பற்றுபவர்களாக இருந்தாலும் ஆண்டவனுடைய திருத்தாளை அடைந்த ஞானிகளிடத்தில் எவ்வித வேற்றுமையையும் காண இயலாது. லட்சியத்திற்கு மாறான வழியில் செல்கிறவர்கள் வேறுபாட்டிலேதான் இருக்க வேண்டுமே தவிர, ஒன்று சேரவே இயலாது. உலக வாழ்க்கையில் சரீர சம்பந்தமான சுகத்தையே நோக்கமாகக் கொண்டவர்கள் அந்த நோக்கத்தால், விருப்பு வெறுப்பு உடையவர்களாகிறார்கள்; அதனால் பலவிதமான தொல்லைகளைப் பெற்று அமைதி யின்றி வாழ்கிறார்கள். கடவுள் என்ற லட்சியத்தை மையப் புள்ளியாகக் கொண்டு உலக வாழ்க்கையில் யாத்திரை செய்கிறவர்களுக்கோ நம்மைப் போல எத்தனையோ தொல்லைகள் இருந்தும் அமைதியாக, எப்போதும் மகிழ்ச்சியுடன் வாழ்வார்கள். இதற்குக் காரணம் என்ன? அவர்களுக்கு மையப்புள்ளி தெரிந்து விட்டது. இடையிலுள்ள துன்பங்களை அவர்கள் மனம் உணர்ந்தும் உணராதது போன்று மரத்துப் போய்விடுகிறது.

குசேலர் பண்பு

நமக்கு இரண்டு குழந்தைகள் இருந்தாலேயே நாம் படுகின்ற தொல்லைகள் கொஞ்ச நஞ்சம் அல்ல. குசேலருக்கு இருபத்தேழு குழந்தைகள். இருப்பினும் அவர் ஏதாவது துன்பம் அடைந்தாரா? இன்னல் இல்லாமலா இருந்திருக்கும்? ஆனால் அவர் ஆண்டவன் என்ற லட்சியத்தைக் கொண்ட ஞானி; ஆதலால் அதிலே முறுகிய காதலை உடைய அவர் மனம் இவற்றை எல்லாம் உணராமல் மரத்துப் போய்விட்டது.

இப்படிச் சரீர அபிமானம் போக வேண்டுமானால் இறைவனுடைய திருவடியாகிய வீட்டை அடையும் ஆர்வம் மிக வேண்டும். முருகன் அத்தகைய பண்பை நல்ல வழியிலே செல்லும் பான்மையை, நமக்கு அருள்வானாம். அப்படி அவன் பலருக்கு நற்பண்புகளைக் காட்டி ஆட்கொண்டி ருக்கிறான். குருவாக உபதேசம் செய்து நல்ல குணங்களைக் காட்டி ஆட்கொண்டருளியிருக்கிறான்.

நிணம்காட்டும் கொட்டிலை விட்டுஒரு
வீடுஎய்தி நிற்க நிற்கும்
குணம்காட்டி ஆண்ட குருதேசிகன்.

2

உயிர் சுகமாக இருக்கவேண்டுமானால் நல்ல வீட்டில் அது வாழவேண்டும். இப்போது அது இந்த உடம்பாகிய சிறு கொட்டிலில் வாழ்கிறது. உடம்பு வெறும் ஊன்குவை; நிணப் பிழம்பு. இது நிணங்காட்டும் கொட்டில். இதை விட மனம் இல்லாமல் இதைப் பற்றிக்கொண்டு அளவற்ற அபிமானம் வைத்து வாழ்கிறோம்.

உடம்பின்மேல் பற்று

உடம்புக்கு எந்த விதமான கோளாறும் வரக்கூடாது என்று வேளை வேளையில் சாப்பிடுகிறோம்; நோய் வராமல் இருக்க

மாத்திரைகளை விழுங்குகிறோம். தலை வலித்தால் போதும்; உடனே டாக்டரிடம் ஓடிக் காட்டுகிறோம்; அவர் ஊசியால் குத்தினாலும் சகித்துக் கொள்கிறோம்; கசப்பு மருந்தைக் கொடுத்தாலும் உட்கொள்கிறோம். இவையெல்லாம் எதற்காக? உடம்பிலுள்ள நிணத்தைக் காப்பதற்காக; பெருக்கிக் கொள்வதற்காக. நமக்கு உள்ள பொழுதில் நூற்றுக்குத் தொண்ணூற்றொன்பது பங்கை உடம்புக்காகவே செலவிடுகிறோம். இந்த உடம்பு, தனக்காக நம்மை எந்த எந்த வகைகளில் எல்லாம் ஆட்டி உருக்குலைக்கின்றது என்று கணக்கிட முடியுமா? அதனால்தான்,

"விதிகாணும் உடம்பை விடாவினையேன்"

என்று நொந்துகொள்கிறார் அருணகிரியார்.

நல்ல மாம்பழத்தைக் கண்டால் ஆண்டவனுக்கு நிவேதனம் செய்ய வேண்டுமென்ற எண்ணம் வருவதில்லை. வெடுக்கென்று கடித்துத் தின்னவேண்டு மென்ற ஆசை முந்துகிறது. நாக்கு ருசி, அந்த நினைப்பை வர வொட்டாமல் கெடுக்கிறது.

"இந்திரிய சுகம் ஒன்றே சுகம்" என்று கருதி உலகத்தில் வாழ்கிறோம். உடம்பின் சதை கொஞ்சம் குறையட்டும்; நம்மைப் பார்க்கிறவர்கள் கூட, "என்ன மிகவும் இளைத்து விட்டதே! உடம்பைப் பார்த்துக் கொள்ளுங்கள்" என்று சொல்கிறார்கள். நிணத்தை, மாமிசத்தை வளர்த்துக் கொள்வதில் அத்தனை அக்கறை!

நிணம் காட்டும் கொட்டிலை.

கொட்டிலும் மாடும்

மாமிசம் நிறைந்த கொட்டிலை நாம் வைத்துக்கொண் டிருக்கிறோம். மாடுகள் தங்கும் இடத்தைக் கொட்டில் என்பர்.

அங்கே ஒரே சாணம். மூத்திரந்தான் இருக்கும். கெட்ட நாற்றமாக இருக்கும். கொட்டிலில் மனிதன் வாழ முடியுமா?

நிணம் பொதிந்த உடம்பாகிய இந்தக் கொட்டிலில் மாடுகள் இருக்கின்றனவா? ஐந்து மாடுகள் இருக்கின்றன என்று திருமூலர் சொல்கிறார்.

இந்தக் கொட்டிலில் நாம் இருக்கிறோம் என்பது உண்மைதான். நம்மைத் தவிர வேறு ஐந்து பசுக்களும் இருக்கின்றன. பெரும்பான்மையாக இருப்பவை பசுக்கள். ஆதலால் இது நாம் இருக்கும் வீடு என்று சொல்ல முடி யாது. பசுக்கள் வாழும் கொட்டில் என்று தான் சொல்ல வேண்டும்.

இந்தக் கொட்டிலில் ஐந்து இந்திரியங்களாகிய பசுக்கள் வாழ்கின்றன. இந்த ஐந்தோடு ஆறாவதாக நாம் இருக்கிறோம். ஆகவே, உடம்பை நாம் வாழும் வீடு என்று சொல்வது தவறு. இந்திரியமாகிய மாடுகள் வாழும் கொட்டில் என்பதுதான் சரி. திருமூலர் சொல்வதைப் பார்க்கலாம்.

திருமூலர் காட்டும் காட்சி

ஒரு பார்ப்பான், தான் வசிக்கும் ஒரு கொட்டிலை, "என்னுடைய அகம்"என்று சொல்லிக் கொண்டிருக்கிறான். அந்தப் பார்ப்பான் அகத்திலே அவனைத் தவிர ஐந்து பசுக்கள் இருக்கின்றன. பசுவின் பால் மிகவும் நல்லதாயிற்றே என்று எண்ணி அப் பசுக்களிடத்தில் அவன் பால் கறக்கப் போனால் அவை சீறுகின்றன. அவற்றைச் சரியாக அடக்கி மேய்க்கின்ற ஒருவன் இல்லாததனாலே அவை வெறித்துத் திரிகின்றன. தட்டிக் கொடுத்து அடக்கலாமென்று நெருங்கினால் கொம்பு களால் முட்டுகின்றன. வெறித்துக் கிடக்கின்ற கொண்டி மாடுகள் ஐந்தை வீட்டிலே வைத்துக்கொண்டு அரை ஆழாக்குப்பால் காசுக்கு வாங்கி ஆண்டவனுக்கு அபிஷேகம் செய்கிறான். பசுமாடுகள் ஒன்றுக்கு ஐந்தாக அவன் அகத்திலே இருந்தும் என்ன பயன்?

நல்ல மனிதர் ஒருவர் வந்து சேர்ந்தார். "ஐந்து மாடுகளை வைத்துக் கொண்டு எதற்காகச் சுவாமி பால் வாங்குகிறீர்?"என்று கேட்டார். "ஐயையோ! அவை கொண்டி மாடுகள். அவற்றினிடம் போகவே நான் பயப்படுகிறேன். அருகிலே போனாலே முட்டுகின்றன; உதைக்கின்றன. நான் எப்படிப் பால் கறப்பேன்?"என்று பார்ப்பான் அழுதான். வந்த மனிதர் சிரித்தார்.

சிரித்தார். "ஐயா, பசுமாடுகள் இயல்பாகச் சாதுவானவை. உங்களுக்கு அவற்றை அடக்கத் தெரியவில்லை. எப்படி அடக்குகிறது என்று நான் சொல்லித் தருகிறேன், பாருங்கள். அப்புறம் அவை எவ்வளவு பால் கறக்கும் தெரியுமா?"என்று சொல்லி அவற்றை அடக்கும் உபாயத்தைச் சொல்லிக் கொடுத்தார். "மெள்ளத் தடவிக் கொடுங்கள். தேங்காயும் வெல்லமும் சேர்த்துக் கொடுங்கள். அப்புறம் மாடுகள் உங்கள் பின்னாலேயே வருகின்றனவா, இல்லையா, பாருங்கள். எதற்கும் ஓர் ஆளையும் போட்டுக் கொள்ளுங்கள்'' என்று தந்திரம் சொல்லிக் கொடுத்தார். அவன் அப்படியே செய்தான். மாடுகளின் வெறி அடங்கிவிட்டது. மேய்க்கிற ஆளும் கிடைத்தான். இந்தப் பார்ப்பான் குடத்தை எடுத்துக் கொண்டு மாடுகளுக்கு அடியில் போய் உட்கார வேண்டியதுதான். சுத்தமான பாலை, தண்ணீர் கலப்பில்லாத பாலைத் தாமே உவந்து உவந்து அவை சொரிந்தன.

"பார்ப்பான் அகத்திலே பாற்பசு ஐந்துண்டு
மேய்ப்பாரும் இன்றி வெறித்துத் திரிவன.
மேய்ப்பாரும் உண்டாய் வெறியும் அடங்கினால்
பார்ப்பான் பசுஐந்தும் பாலாய்ச் சொரியுமே"

என்கிறார் திருமூலர். பார்ப்பான் யார்? அகத்திலே கண் கொண்டு பார்க்கின்றவன் பார்ப்பான். அவனுடைய உடம்பிலே பஞ்சேந்திரியங்களாகிய ஐந்து பசுக்கள் இருக்கின்றன. மேய்ப்பார் இல்லாமையினால் அவை வெறித்துத் திரிகின்றன. அவற்றை மேய்ப்பவனாகிய ஞானம்

கிடைத்துவிட்டால் பார்ப்பானுடைய பசுக்கள் ஐந்தும் வெறி அடங்கிச் சாந்தமென்னும் பாலைச் சொரியும்.

அடங்காமல் திரிகிற ஐந்து மாடுகள் வாழும் கொட்டில் இந்த உடம்பு, நாற்றத்தில், கொசுக்கடியில் எத்தனை காலம் வாழ்வது? மாமிசம் நிரம்பிய இந்தக் கொட்டிலை விட்டுப் போகவேண்டும். எங்கே போவது? முத்தியாகிய வீட்டுக்குப் போக வேண்டும்.

நம்முடைய விருப்பப்படி இருக்கிற இடம் வீடு. நாம் போகிற ஓர் ஊரில் ஒரு நண்பருடைய இல்லத்தில் எத்தனைதான் வசதிகள் இருந்தாலும் நமக்கு அங்கேயே நெடுநாள் இருப்புக் கொள்ளுவதில்லை. காரியாலயத்திற்குப் போகிறோம். நம் ஆணைக்குக் கைகட்டி நிற்க அங்கே சேவகர்கள் இருக்கிறார்கள். நல்ல அற்புதமான அறை நமக்காகவே இருக்கிறது. மின்விசிறி சுழலுகிறது. வீட்டில் விசிறி இல்லை. வேலையாட்கள் இல்லை. இருந்தாலும் மாலை ஐந்து மணிக்குமேல் ஒரு நிமிஷம்கூடக் காரியாலயத்தில் தங்க மனம் வருவதில்லை. வீட்டுக்கு வந்து உட்காரும்போது எத்தனை ஆறுதலோடு, "அப்பாடி!'' என்று சொல்லுகிறோம். காரணம் என்ன? காரியாலயத்தில் பிறருடைய கட்டுப்பாட்டுக்கு அடங்கி நடக்க வேண்டியிருக்கிறது. வீட்டிலே நம் மனம்போல இருக்க முடிகிறது. எத்தனை வசதிகள் இருந்தாலும் அடிமை நிலையில் இன்பம் வராது. சுதந்தரமாக இருக்கும் வீட்டில் காணும் இன்பம் அது இல்லாத இடத்தில் இராது. உயிர் சுதந்தரமாக வாழும் இடமாகிய வீடு; முத்தி.

ஐந்து பசுமாடுகளுக்கு மத்தியிலே நிணத்தினால் கட்டப்பட்டுள்ள கொட்டிலில் ஆத்மாவுக்கு என்ன இன்பம் இருக்கும்? இதை ஞானிகள் உணர்ந்து, உடம்பினிடத்தில் அருவருப்புக் கொண்டார்கள்.

"ஊற்றைச் சரீரத்தை ஆபாசக் கொட்டிலை ஊன்பொதிந்த
பீற்றல் துருத்தியைச் சோறிடுந் தோற்பையைப் பேசரிய

காற்றில் பொதிந்த நிலையற்ற பாண்டத்தைக் காதல்செய்தே ஏற்றுத் திரிந்துவிட் டேன் இறை வாகச்சி ஏகம்பனே”

என்று பட்டினத்தடிகளார் பாடினார். உடம்பாகிய கொட்டிலை விட்டு, முத்தியாகிய வீட்டு இன்பத்தைப் பெற வேண்டுமென்று முயன்றார்கள் ஞானிகள். அதற்கு வேண்டிய அருளைச் செய்தான் முருகன் என்கிறார் அருணகிரி நாதர்.

நிணம்காட்டும் கொட்டிலை விட்டு ஒருவீடு எய்தி நிற்கநிற்கும் குணம்காட்டி ஆண்ட குருதேசிகன்.

குருதேசிகன்-குருவுக்கும் குருவாகிய குருபரன். “எல்லாக் குருக்களுக்கும் குருவாக விளங்கும் பரமேசுவரனுக்கே உபதேசம் செய்த சுவாமிநாதன், உபதேசம் பண்ணினான். மாமிசத்தினால் ஆன இந்த உடம்பாகிய கொட்டிலைவிட்டு, மோட்சமாகிய ஒரு வீட்டைப் பெற்று வாழும் மார்க்கத்தைத் காட்டி ஆண்டு கொண்டான்"என்கிறார். யாரை ஆண்டுகொண்டான் என்று சொல்லாவிட்டாலும் தம்மை ஆண்டுகொண்டதையே நினைத்துச் சொல்கிறார்.

‘நிற்கும் குணம்'என்பது மனத்தின் நிலை. மனத்தின் வேறுபாடுகளைத்தான் குணம் என்று சொல்லுகிறோம். “இன்ன வழியிலே, இன்ன குணத்தோடு நிலைத்து நின்று, மாமிசத்தாலான கொட்டிலை விட்டு, என்றைக்கும் நிரதிசய ஆனந்தமாகிய ஒரு வீட்டைப் பெற்று விளங்குவாயாக என்று சொல்லி ஆண்டுகொண்டான் முருகன்.

இறைவன் அருள் இல்லாவிட்டால் சரீர அபிமானம் எளிதிலே விடாது.

இத்தகைய அரிய வழியைக் காட்டியவன் யார்?

அம் குறச்சிறுமான்
பணம்காட்டும் அல்குற்கு உருகும் குமாரன்.

வள்ளிக்கு உருகியவன்

வள்ளி நாயகியினிடம் இன்பம் பெறுவதற்காக ஏங்கி உருகும் குமாரக் கடவுள் அந்த வழியைக் காட்டினானாம்.

உடம்பை அபிமானிக்காமல் மோட்ச வீட்டை அடைய வழி காட்டினவன், ஒரு பெண்ணிடத்தில் மயல் காண்டு உருகினான் என்பது சரியாகத் தோன்றவில்லை. பெண் இன்பம் உடம்போடு சார்ந்தது. உடம்பின் அபிமானத்தை ஒழிக்காமல் அதற்கு இன்பம் தேடிய ஒருவனா சரீர அபிமானம் போக வழி காட்டினான்? இது முரணாக அல்லவோ இருக்கிறது? இப்படிப் பல ஐயங்கள் சிலருக்கு எழலாம்.

முன்பே பல முறை, வள்ளி நாயகியை முருகன் திருமணம் செய்து கொண்டதன் கருத்தைச் சொல்லியிருக்கிறேன். அவன் காதல் உடையவனைப் போலக் காட்டிக் கொண்டது, வள்ளியைத் தடுத்து ஆட்கொள்வதற்காகத் தான். ஆன்மாவாகிய வள்ளிநாயகியைப் பதியாகிய முருகன் கருணையினால் வலியச் சென்று ஆண்டுகொண்டான். வள்ளி நாயகியின் திருமணத்தில் முருகனுடைய பெருங் கருணை புலனாகிறது. அவன் கொண்ட காதல் காமத்தால் விளைந்ததன்று; கருணையின் வேறு உருவமே அது. இதனை நினைப்பூட்டவே இங்கே, "உருகும் குமாரன்"என்று சொன்னார். குமாரன் என்ற சொல்லுக்கு மாரனைக் குலைக்கும் பான்மையை உடையவன் என்று பொருள்.

முருகனுடைய அடியார்களிடத்திலேயே காமன் வாலாட்ட முடியாது என்றால் முருகனிடம் அவன் என்ன செய்ய முடியும்? முருகன் ஞானமூர்த்தி. அந்தப் பெரு நெருப்புக்கு முன் காமமாகிய ஈரம் நிற்குமா? முருகன் வள்ளியை ஆளவேண்டும் என்று உருகினான். ஆனால் அவன் போட்ட நாடகத்தில் அவளது இன்பத்தை விரும்பி உருகியவன் போலக் காட்டிக்கொண்டான். அப்படிக் காமத்தில் அகப்படுபவன் அல்ல அவன். மாரனைக் குலைக்கும் பான்

மையையுடைய குமாரன் அவன். இதனை நினைவுறுத்த வேண்டியே இந்த இடத்தில் குமாரன் என்ற திருநாமத்தை அமைத்தார்.

அருணகிரியாரின் இரக்கம்

அருணகிரி நாதர் தமக்கு வழி காட்டிய குரு தேசிகன் வள்ளிக்காக உருகுபவனைப் போல் வந்து ஆண்டவன் என்றார். பின்பு, அந்தப் பெருமானை வணங்கி உலகத்தில் பலர் பயன் அடையாமல் இருக்கிறார்களே என்ற இரக்கம் தோன்றியது. "இப்படி வணங்காமல் வீணாகப் போகிறார்களே!" என்று சொல்ல மனம் வராமல் அந்தக் குறையைத் தம் தலைமேல் போட்டுக் கொண்டார். "என் தலை வணங்காமல் இருக்கிறதே!"என்று கூறினார்.

முன்னாலே, "வீடெய்தி நிற்க நிற்கும் குணம் காட்டி ஆண்ட குருதேசிகன்"என்று சொன்னபோது, அவர் இறைவனை வணங்கி நல்ல வழியில் நின்று உடற்பற்றை விட் வீடு அடையும் தகுதியைப் பெற்று விட்டது தெரிகிறது. இப்போது நேர்மாறாக, "ஐயோ! உன்னை வணங்காத தலை வந்து வாய்த்து விட்டதே!"என்று வருந்துகிறார்.

முரண்பாடா?

"சுவாமி, முன்னாலே நீங்கள் பேறு பெற்றதைச் சொல்லிவிட்டு, இப்போது இப்படிப் புலம்புகிறீர்களே! எது உண்மை?" என்று அருணகிரிநாதரை நாம் கேட்கலாமா? அவர் இயல்பு நமக்குத் தெரியும். அவர் முருகன் திருவருளை முழுமையாகப் பெற்றவர். அவன் அருளின்பக் கடலில் திளைக்கிறவர். ஆனாலும் உலகில் துன்புறுகின்ற மக்களைக் கரையேற்ற வேண்டும் என்ற பெருங் கருணை கொண்டு வாயில்லாப் பூச்சிகளாகிய அவர் களுக்காகப் பல பாடல்களைப் பாடினார். அவர்கள் குறைகளைத்

தம்முடையனவாகவே வைத்துப் பாடினார். குறைகளைச் சொல்லி வருந்தும் பாடல்கள் அவர் பெருங் கருணையைக் காட்டுவன; அநுபவத்தைக் கூறுபவை அவர் பெருமையைக் காட்டுவன. அவற்றைத் தனித்தனியே சொல்வதுதான் அவருக்குப் பெரும்பான்மையான வழக்கம். ஆனால் இங்கே இரண்டையும் ஒரே பாட்டில் வைத்து விட்டார். முன் பகுதியில் தாம் பெற்ற இன்பத்தைச் சொன்னார்; பின்பகுதியிலே அது பெறாதவன் நிலையிலே நின்று பாடினார். ஒரே நூலில் வெவ்வேறு பாட்டில் வெவ்வேறு நிலை பொருந்தும் என்றால், ஒரே பாட்டில் வெவ்வேறு பகுதியிலும் வெவ்வேறு பொருந்தும் என்று கொள்ளலாம் அல்லவா?

ஆனால் இதில் அருணகிரிநாதர் தப்புவதற்கு ஒரு வழி இருக்கிறது.

நிணம்காட்டும் கொட்டிலை விட்டொரு
வீடெய்தி நிற்க நிற்கும்
குணம்காட்டி ஆண்ட குருதேசிகன்

என்பதில் இன்னாரை ஆண்ட என்று குறிக்கவில்லை. "முன்பு இருந்த பல அன்பர்களை ஆண்டிருக்கிறான். அதை நினைந்துதான் சொன்னேன்" என்று கூறி அவர் தப்பிக்கொள்ளலாம் அல்லவா?

இனி நமக்காக அவர் வருந்திக் கூறுவதைப் பார்க்கலாம்.

4

குமரன் பதாம்புயத்தை
வணங்காத் தலைவந்தி தெங்கே
எனக்கிங்ஙன் வாய்த்ததுவே?

முருகனுடைய திருவடி தாமரை போல இருக்கிறது. நல்ல பூவைத் தலையிலே சூட்டிக்கொள்வார்கள். முருகனுடைய பதாம்புயத்தை நாம் தலையிலே வைத்துக் கொள்ளவேண்டும்.

அது உள்ள இடம் தேடிச்சென்று அதன்மீது நம் தலை படும்படி வணங்கவேண்டும். நாம் அப்படிச் செய்வதில்லை.

உத்தமாங்கம்

இந்த உடம்புக்குள் எல்லா அங்கங்களையும் விட உயர்ந்ததாக விளங்குவது தலை. அதனால் உத்தமாங்கம் என்ற பெயர் அதற்கு வந்திருக்கிறது. அது இறைவனை வணங்கும் தன்மை உடையதாக இருந்தால் உத்தமாங்கக் தான். மூளை தலையிலே இருப்பதனாலே அது உயர்ந்து விடவில்லை. அந்த மூளையினால்தான் செருக்கு உண்டாகிறது. உடம்பில் உள்ள ஐந்து பொறிகளில் நான்கு பொறிகள் தலையில் இருப்பதனாலே அது உயர்ந்து விட வில்லை. விலங்குகளுக்கும் அவ்வாறே இருக்கின்றன. பின் தலை உயர்வு பெறுவதற்குக் காரணம் அது எம்பெருமானின் திருவடிகளில் வீழ்ந்து வணங்கி ஆன்மாவுக்கு விடுதலை தேடித் தருவதே.

எம்பெருமான் சந்நிதானத்திலே வணங்காது நிமிர்ந்து நிற்கின்ற தலை என்ன பண்ணும்? இராமலிங்க சுவாமிகள் சொல்லுகிறார்.

"எங்கள் பெரு மான்உனை வணங்காத மூடர் தலை இகழ்விறகு எடுக்கும் தலை"

விறகுக் கட்டைச் சுமக்கும் தலையாம் அது. விறகுக் கட்டையைத் தூக்கி வைத்துக் கொண்டவன் தலை வணங்க முடியாமல் நிமிர்ந்தே இருக்கும். எத்தகைய விறகு? இகழ் விறகு என்கிறார். கல்யாணத்திற்கு விறகு வேண்டும். தினப்படி உபயோகத்திற்கும் விறகு வேண்டி யிருக்கிறது. ஆகையால் விறகு தூக்கி வருகிறவர்களைக் கண்டு யாரும் இகழ மாட்டார்கள்; அருவருப்படைய மாட் டார்கள். முருகன் திருவடியிலே தலை வணங்காது இருப் பவன் கல்யாணத்திற்கு விறகு வெட்டி வருகிறவனாகக் கூடப் பிறக்க மாட்டான். பிணத்தைச் சுடுவதற்குப் பயன்படும் விறகைச்

சுமந்து வருபவனாகத்தான் பிறப்பான். அவன் எதிரே வரும்போது மக்கள் ஒதுங்கி நடப்பார்கள்; அருவருப்படைவார்கள். முருகனை வணங்காத தலை பிணத்துக்கு விறகு சுமக்கும் தலையாகி விடுமாம்.

"எங்கள்பெரு மான்உனை வணங்காத மூடர் தலை இகழ்விறகு எடுக்கும் தலை."

வணங்குகின்ற தலைதான் வளைந்த வில்போன்று வீரம் உடையதாக இருக்கும். நம் தலை எம்பெருமானின் சந்நிதானத்தில் வளைந்தால் பயன் உண்டு. வளையாது நிமிர்ந் திருக்கிறோம். முருகனுடைய பதாம்புயத்திலே வணங்காத தலை நமக்கு இருக்கிறது. இதை நாம் உணர்ந்து வருந்தத் தெரியாவிட்டாலும் நமக்காக அருணகிரியார் வருந்துகிறார். "ஐயோ! ஆண்டவனுடைய சந்நிதானத்தில் வணங்காத இந்தத் தலை வந்து எனக்கு வாய்த்திருக்கிறதே!'என்று சொல்லித் தலையில் அடித்துக் கொள்வது போல இதைப் பாடுகிறார்.

குமரன் பதாம்புயத்தை
வணங்காத் தலை வந்து இது எங்கே
எனக்கு இங்ஙன் வாய்த்ததுவே,

“குமரேசனுடைய பாத தாமரைகளை வணங்க வேண்டும். அதுதான் தலையினால் உண்டான பயன்’” என்ற கருத்தை இதன் வாயிலாக அவர் உணர்த்துகிறார்.

பிறர் கருத்து

"கோள் இல் பொறியிற் குணமிலவே எண்குணத்தான்
தாளை வணங்காத் தலை "

என்று வள்ளுவரும் கூறினார். ஆண்டவன் தாளும் அடியவர் தலையும் இணைய வேண்டும். தலை அதற்காகவே இருக்கிறது.

"வணங்கத் தலைவைத்து வார்கழல்வாய் வாழ்த்தவைத்து"

என்று மணிவாசகரும்,

"வாழ்த்த வாயும் நினைக்க மடநெஞ்சும்
தாழ்த்தச் சென்னியும் தந்த தலைவனை"

"தலையே நீவணங்காய்"

என்று அப்ப முனிவரும் திருவாய் மலர்ந்தருளியிருக்கிறார்கள்.

நிணம்காட்டும் கொட்டிலை விட்டுஒரு
வீடுஎய்தி நிற்கநிற்கும் குணம்காட்டி ஆண்ட குருதே
சிகன்,அம் குறச்சிறுமான்
பணம்காட்டும் அல்குற்கு உருகும்
குமரன் பதாம்புயத்தை வணங்காத்
தலைவந்துஇது எங்கே
எனக்குஇங்ஙன் வாய்த்ததுவே?

[ஊனைக் காட்டுகிற மாட்டுக் கொட்டிலைப் போன்ற உடலை விட்டு ஒப்பற்ற மோட்சம் என்னும் வீட்டை அடைந்து அங்கே நிலையாக இருப்பதற்கு ஏற்றபடி நல்ல நெறியிலே நிற்கும் பண்பைக் காட்டி ஆட்கொண்ட குருபரனும், அழகிய குற மகளாகிய சிறிய மானைப் போன்ற வள்ளியின் பாம்புப் படம் போன்ற இரகசிய உறுப்புக்காக உருகும் குமாரனுமாகிய முருகனுடைய திருவடியாகிய தாமரையை வணங்காத தலையாகிய இது எங்கே எனக்கு இப்படி வந்து வாய்த்தது?

நிணம் - ஊன். கொட்டில் - மாட்டுக் கொட்டகை. பணம்-

பாம்பின் படம், வந்து என்பதை இங்ஙன் வந்து என்று கூட்டுக. பொருள் கருதாமல் வந்த சொல் என்றும் கொள்ளலாம். "அங்கே வைத்துப் பார்த்தேன்'என்ற வழக்கில் வைத்து என்ற சொல்லைப் போன்றது அது.]

குவியாக் கரங்கள்

1

உடம்பைப் பெற்றதன் பயன் உடம்பினுள் இருக்கிற ஆண்டவனை வணங்க வேண்டும் என்ற உணர்வு இல்லாமல் நாம் உலக இயலில் ஈடுபட்டிருக்கிறோம். இறைவனை வணங்கவில்லையே என்று நாம் வருந்துவதற்குப் பதிலாக,

"வணங்காத தலைவந்து இது எங்கே எனக்கு
இங்ஙன் வாய்த்ததுவே"

என்று அருணகிரிநாதர் நமக்காக வருந்தியதைப் போன பாட்டில் பார்த்தோம்.

தலைமாத்திரம் வணங்கவில்லையென்று சொன்னால் போதாது. மேலும் சில உறுப்புக்கள் இன்ன இன்ன காரியங்களைச் செய்யவில்லை என்பதைத் தொடர்ந்து சொல்கிறார்.

கையின் சிறப்பு

கர்மேந்திரியங்கள், ஞானேந்திரியங்கள் என்று சொல்லும் எல்லாவற்றாலும் இறைவனை வழிபடவேண்டும்; உடம்பில் கண், காது, மூக்கு, நாக்கு, தோல் ஆகிய ஞானேந்திரியங்கள் ஐந்தும் கை, கால், வாய், எருவாய், கருவாய் ஆகிய கர்மேந்திரியங்கள் ஐந்தும் உள்ளன. ஞானேந்திரியங்களுக்குள் கண் சிறந்தது. கர்மேந்திரியங்களுக்குள் கை சிறந்தது. கை செய்கைக்கு அறிகுறியாக இருக்கிறது, ஒரு காரியத்தை நன்கு செய்பவனைக் கையால் ஆகிறவன் என்றும், செய்ய முடியாதவனைக் கையால் ஆகாதவன் என்றும் சொல்கிறோம்.

ஐந்து பேர்கள் ஒரு மைல் தூரம் நடந்து போவது என்று தீர்மானித்துக்கொண்டு புறப்படுகிறார்கள். ஒருவன் இரண்டு பர்லாங்கு போவதற்குள், "அப்பா! என்னால் நடக்க

முடியவில்லை"என்று காலைப் பிடித்துக் கொண்டு உட்கார்ந்துவிடுகிறான். மற்றவர்கள் அவனைப் பார்த்துச் சிரிக்கிறார்கள். "போடா காலால் ஆகாதவனே!"என்று தானே சொல்லவேண்டும்? ஆனால், "கையால் ஆகாதவனே!'என்கிறார்கள். "இரவு எத்தனை மணி நேரம் ஆனாலும் சரி, ஒரு புத்தகத்தைப் படித்து முடித்துவிடுகிறேன்"என்று ஒருவன் சொல்கிறான். ஆனால் ஐம்பது பக்கங்கள் கூடப் படிக்காமல் படுத்துவிடுகிறான். அவனைப் பார்த்து, "கையால் ஆகாதவன்; சொன்னபடி படிக்கவில்லை"என் கிறோமே தவிர, "கண்ணால் ஆகாதவன்"என்று சொல்வது இல்லை.கை

இல்லை. கை எல்லாக் கருமங்களுக்கும் முக்கியமானது ஆகையால் எல்லா உறுப்புகளுக்கும் பிரதிநிதியாக அதை வைத்துச் சொல்வது வழக்கம்.

ஏதேனும் ஒரு காரியத்தைச் செய்யும்போது இறைவனை நினைந்து சங்கற்பம் செய்து கொள்வது இந்த நாட்டு வழக்கம். நம்முடைய ஆற்றலை மாத்திரம் நம்பிச் செய் யாமல், இறைவன் திருவருளும் வேண்டும் என்று கருதியே இந்தச் சங்கற்பத்தைச் செய்து கொள்கிறார்கள். அப்படிச் செய்யும்போது இரண்டு கைகளையும் சேர்த்துத் தொடை யில் வைத்துக் கொண்டு ஆண்டவன் துணையை நாடுகிறோம். நாம் செய்கிற காரியங்களுக்குக் கை உதவும் கருவி; ஆதலால் சங்கற்ப முத்திரையைக் கையால் காட்டுகிறோம். இறைவனை வழிபடும் திறத்திலும் கை முக்கியமாக இருக்கிறது. கை படைத்த பயன் இறைவனைத் தொழுவது.

வணக்க வகை

உலகம் முழுவதும் உள்ள மக்கள் ஒருவருக்கொருவர் வணக்கத்தைத் தெரிவித்துக் கொள்ளச் சில அடை யாளங்களைக் காட்டுகிறார்கள்.கையை நெற்றியில் வைத்து வணங்கும் வழக்கம் பல நாடுகளில் இருக்கிறது. உள்ளங் கை பூமியைப் பார்க்க மார்பிலே வைத்துக் காட்டுவாரும் உண்டு. நாக்கை நீட்டி மரியாதை செய்வாரும் உண்டு,

நம்முடைய நாட்டில் நான்கு வகையில் வணக்கத்தை வெளிப்படுத்துகிறோம். வேகமாகப் போகும்போது கையைக் கூப்பிக் கும்பிடுகிறோம். சிறிதுநேரம் இருந்தால் கையைக் கூப்பும்போதே தலையைச் சிறிது குனிந்து வணங்குகிறோம். சற்றுப் பெரியவர்கள் வீட்டுக்கு வந்தால் இரண்டு கைகளையும் பூமியில் வைத்து முழங்காலை மண்டி யிட்டுக்கொண்டு நெற்றி நிலத்தில் படும்படியாக வணங்கு வதும் உண்டு; இதற்குப் பஞ்சாங்க நமஸ்காரம் என்று பெயர். தலை, இரண்டு கை, இரண்டு கால் ஆகிய ஐந்து அங்கங்கள் பூமியில் படுவதால் பஞ்சாங்க நமஸ்காரம் என்று பெயர் வந்தது. பெண்கள் இப்படி வணங்குவது வழக்கம். ஆண்டவன் சந்நிதியில் வணங்கும்போது சாஷ் டாங்க நமஸ்காரம் செய்கிறோம். சாஷ்டாங்கம் என்பதற்கு எட்டு அங்கங்களுடன் செய்வது என்று பொருள். நெற்றி, இரண்டு கை, மார்பு, இரண்டு பாதம், இரண்டு முழங்கால் ஆகியவை நிலத்தில் படும்படியாக வணங்குவது சாஷ்டாங்க நமஸ்காரம்.

கீழே விழுந்து வணங்குவதைத் தண்டம் சமர்ப்பிப் பது என்றும் சொல்வார்கள். அதற்கு அபராதம் செலுத் துவது என்று பொருள் அல்ல. தண்டம் என்பது தடி. தடி சாய்ந்து விழுவது போல உடம்பு ஆண்டவன் சந்நி தானத்தில் கீழே விழுந்து வணங்குவதனால், தண்டம் சமர்ப்பிப்பது என்று கூறுவர். 'தண்டாகாரமாக விழுந்தேன்'என்று சொல்வது உண்டு. அது 'செய்யும் செயல் எல்லாவற்றையும் நான் விட்டு விட்டேன்'என்பதற்கு அறிகுறி. இறைவனுடைய சந்நிதானத்தில் இந்த உடம்பு கீழே கிடப்பதை அன்றி இதற்கு வேறு வேலை ஒன்றும் இல்லை.

இருட்டாக இருக்கும் இடத்தில் விளக்கு மிகவும் பிரகாசமாக ஒளி கொடுத்துக்கொண்டிருக்கிறது.கதிரவன் தோன்றிவிட்டால் அந்த விளக்குப் பயன் அற்றதாகப் போகிறது. அது அப்போது தன்னைக் காட்டிக் கொண்டு நிற்குமே தவிர வேறு பொருளைக் காட்டுகின்ற அவசியம் அதற்கு இல்லாமல் போகிறது. ஆண்டவனை உணராத இடங்களில் எல்லாம் இந்த உடம்பு கால்களையும்,

கைகளையும் ஆட்டிப் பலவிதமான செயல்களைப் புரியும். ஆண்டவ னுடைய சந்நிதானத்தில் இது செயலற்றுப் போகும். அப்படிப் போவதுதான் முறை. இறைவன் எங்கும் இருக் கிறான் என்பதை உணர்ந்தவர்களுக்கு உலகம் முழுவதுமே இறைவனுடைய சந்நிதானந்தான். ஆகையால் அவர் கள் எப்போதுமே செயல் ஒழிந்து நிற்கிறார்கள். அந்தச் செயல் மாண்ட நிலையை,

"கயல்மாண்ட கண்ணிதன் பங்கன் எனைக்கலந்து ஆண்டலுமே
அயல்மாண்டு அருவினைச் சுற்றமும் மாண்டு அவனியின்மேல்
மயல்மாண்டு மற்றுஉள்ள வாசகம்மாண்டு என்னுடைய
செயல்மாண்ட வாபாடித் தெள்ளேணம் கொட்டாமோ!"

என்று பாடுகிறார் மணிவாசகப் பெருமான். ஆகையால் இறைவன் சந்நிதாதனத்தில் தடிமாதிரியாக உடம்பைக் கீழே விழச்செய்து வணங்குகிறோம். அவனே எல்லாச் செயல்களுக்கும் மூலகாரணம் என்பதையும், இந்த உடம்பி னாலே செய்கின்ற செயல் ஒன்றும் இல்லை என்பதையும் அந்த வணக்கம் காட்டுகிறது.

கும்பிடுவதன் கருத்து

அதுபோலவே கையைக் கூப்புவதும் செயல் ஒழிந்த நிலையைக் காட்டும். கையைக் கூப்புவதைத் தான் தொழுவது என்று சொல்வார்கள்.

"கைகாள் கூப்பித் தொழீர்"

என்று அப்பர் பாடுகிறார்.

"தொழுதகை துன்பம் துடைப்பாய் போற்றி"

என்பது மணிவாசகர் திருவாக்கு. கை குவிப்பதை அஞ்சலி என்று வட மொழியிலும், கும்பிடு என்று தமிழிலும் சொல்கிறோம். கும்பிடும்போது இரண்டு கைகளும் ஒன்று சேருகின்றன. இயற்கையாக நம்முடைய கைகள் விரிந்து பல

பல செய்கைகளைச் செய்கின்றன. இறைவனுடைய சந்நிதானத்தில் அந்தச் செய்கைகள் எல்லாம் ஒழிந்து ஒன்று சேர்ந்து குவிகின்றன. கைகளைக் குவிப்பதனால், "ஆண்டவனே, இனி என்னுடைய செயல் ஒன்றும் இல்லை என்பதை உணர்ந்தேன். எல்லாம் உன்னுடைய அருட் செயலே'என்ற நினைப்பைக் காட்டுகிறோம். போலீஸ்காரர் ஒருவனைக் கைது செய்தால் கையைத் தூக்கும்படி சொல்வார்கள். அவன் கையை மேலே தூக்குவான். "என் கையில் ஆயுதம் எதுவும் இல்லை. நான் என் கைகளை உபயோகப்படுத்த மாட்டேன். உங்கள் வசம் ஆகிவிட் டேன்'என்பதற்கு அடையாளம் அது. அப்படியே இறைவனிடத்தில் அடிமை பூண்டு எல்லாம் அவன் செயல் என்ற உணர்ச்சி விஞ்சி, "ஆண்டவனே, இனி எனக்குச் செயல் இல்லை" என்று உணர்த்தும் அறிகுறியே. கும்பிடு.

கை நீளம் உடையவன் என்று திருட்டுக் குண உடையவனைச் சொல்கிறோம். கை விரிய விரிய உள்ளத்தில் ஆசை விரிகிறது. ஆகையால் முடிவு இல்லாத பிறப்பு இறப்பை உடைய வாழ்க்கை தொடர்ந்து வருகிறது. எத் தனைக்கு எத்தனை ஆசைகளையும் செயல்களையும் விரிவு படுத்திக் கொள்கிறோமோ, அத்தனைக்கு அத்தனை துன்பமும் விரிந்து கொண்டு போகிறது. எத்தனைக்கு எத்தனை அவற்றைச் சுருக்கிக் கொள்கிறோமோ அத்தனைக்கு அத்தனை துன்பமும் சுருங்குகிறது.

பசு மாடு வைத்துக் கொள்ளவில்லை என்றால் உண்ணி எடுக்கும் வேலை இல்லை. புல் வாங்கிப் போடும் கவலை இல்லை. கொட்டில் அலம்பும் தொல்லை இல்லை. ஆள் காரனைத் தேடும் அவதி இல்லை. இப்படியே ஒவ்வொரு செயலிலும் பார்க்கலாம்.

**"யாதனின் யாதனின் நீங்கியான் நோதல்
அதனின் அதனின் இலன்"**

என்கிறார் வள்ளுவர். எந்த எந்தப் பொருளோடு தொடர்பு இல்லாமல் அறுத்துக் கொள்கிறானோ, எந்த எந்த நிகழ்ச்சிகளில் இருந்து விலகி இருக்கிறானோ அவ்வவ்வற்றிலிருந்து வருகின்ற துன்பம் அவனுக்கு இல்லை; தாபம் இல்லை. இந்தப் பாட்டை உடன்பாட்டு வாய் பாடாக மாற்றி,

**"யாதனின் யாதனின் ஓங்கியான் நோதல்
அதனின் அதனின் உளன்"**

என்று நாம் சொல்லலாம். எந்த எந்தப் பொருளோடு தொடர்பு வைத்துக் கொள்கிறானோ அந்த அந்தப் பொரு ளினால் துன்பம் உண்டு என்ற கருத்தை அந்தப் பாட்டுக் காட்டும். ஆகவே, கை விரிவதனால் நலம் இல்லை. கை குவிவதனாலே துன்பம் இல்லை. இதை நினைத்துக் கொண்டே,

"தொழுதகை துன்பம் துடைப்பாய் போற்றி"

என்றார் மாணிக்கவாசகர்.

2

கர்மேந்திரியங்களுக்குள் சிறந்தது கை. அது இறைவனை வணங்குவதில் ஈடுபடவில்லையே என்று அருணகிரி நாதர் வருந்துகிறார். "என்னுடைய கை நன்றாக இருக்கிறது. ஆனாலும் அது உன்னைக் கும்பிடவில்லை. அஞ்ஞானத்தி னாலே உன்னைப் போற்றிக் குவியாத கரங்கள் எங்கே வந்து எனக்கு இப்படி வாய்த்தன!"என்று அவர் இரங்குகிறார். அதற்கு முன்பு அவர் சொல்லும் வரலாறு கள் அவரது சமரச மனோபாவத்தைக் காட்டுகின்றன.

அருணகிரிநாதரிடம் சென்று, "சுவாமி, வாழ்வில் உய்வு பெறுவதற்கு யாரோ ஒருவருடைய தாளில் வணங்கவேண்

டும், அன்பால் கை கூப்பி அவரைப் போற்ற வேண்டும் என்று சொன்னீர்களே. அந்தப் பெருமான் யார்? அவரை எங்கே காணலாம்? அவரிடம் என்னை அழைத்துக்கொண்டு போகிறீர்களா!"என்று ஒருவன் கேட்பதாக வைத்துக் கொள்வோம்.

அருணகிரியார் அவனை அழைத்துக்கொண்டு முருகப் பெருமானுடைய திருமாளிகைக்குப் போகிறார். இனி நடப்ப வற்றைச் சற்றே கற்பனை செய்து பார்க்கலாம்.

கடல் அடைத்தோன்

குறிப்பிட்ட வீட்டிற்குள் நுழையும்போதே திண்ணை யில் ஒருவர் படுத்துக் கொண்டிருக்கிறதைப் பார்க்கிறார்கள். உடன் வந்தவன் அவரே தாம் பார்க்கவந்த கடவுள் என்று எண்ணி விவரம் தெரிந்துகொள்ள அருணகிரியார் பக்கம் திரும்புகிறான். அப்போது அவர் சொல்கிறார்;

கவியால் கடல் அடைத்தோன்.

"முருகப் பெருமானுடைய மாமனாராகிய திருமால் அப்பா இவர். பத்து விதமான அவதாரங்கள் எடுத்துக் களைத்துப் போய் மாப்பிள்ளையின் வீட்டுத் திண்ணையில் வந்து படுத்திருக்கிறார். இவர் எடுத்த அவதாரங்களை ஒவ் வொன்றாகச் சொல்லிக் கொண்டிருந்தால் நேரம் பிடிக்கும். ஒன்று மாத்திரம் சொல்கிறேன். இராமாவதாரத்தில் இவர் செய்த அற்புதத்தைச் சற்றுக் கேள். சீதா பிராட்டியை இராவணன் தூக்கிச் சென்று இலங்கையில் சிறை வைத்து விட்டான். இவர் நினைத்திருந்தால் பிராட்டியைத் தாம் இருந்த இடத்தில் இருந்தபடியே தம்மிடத்தில் அழைத்துக் கொண்டிருக்கலாம். ஆனால் அவர் அப்படிச் செய்யவில்லை. பிராட்டி சிறைப்பட்டிருந்த இலங்கை சென் றார் . விபீஷணனுக்கு அருள் செய்யவேண்டி அவன் இருந்த இடத்திற்கே போனார். அப்படிப் போகும்போது இடையி லுள்ள கடலுக்குப் பாலம் கட்டிச் சென்றார். அந்தப் பாலத்தை

அவர் தாமாகக் கட்டவில்லை. குரங்குகளைப் படையாகக் கொண்டு கடலை அடைத்துப் பாலம் கட்டச் செய்தார். அத்தகைய பெரியவராகிய இவருடைய மருகன் தான் நாம் பார்க்கப் போகிற பெருமான்'' என்று அருண கிரியார் இராமாவதாரத் திருமாலை அறிமுகம் செய்து வைக்கிறார்.

கவியால் கடல் அடைத்தோன் மருகோனை.

"குரங்குகளினால் கடலை அடைத்த திருமாலின் மாப்பிள்ளையாகிய முருகனைப் பார்க்கலாம் வா"என்று உள்ளே அழைத்துப் போகிறார்.

"உள்ளே இருக்கிற பெருமானுக்கு இவர்தான் மாமா. இவர் ஒரு குரங்காட்டி'' என்று சொல்வது போல அல்லவா கூறி அறிமுகம் செய்து வைத்தார்? இது மதிப்புடைய அறிமுகம் ஆகுமா? இதைச் சற்றே பார்க்கலாம்.

பயனுள்ள அறிமுகம்

நிரம்பப் படித்த ஒருவர் வேலை தேடி என்னிடத்தில் வருகிறார். "நான் எம். ஏ. படித்து இருக்கிறேன். கிரிக்கெட் விளையாடுவேன். என்னைப் போல நீந்துபவர் யாரும் இல்லை. கல்லூரியில் முதல் பரிசு பெற்றவன் நான் என்று பல வகையாகச் சொல்லிக் கொள்கிறார். அதனால் என்ன பயன்? அவை யாவும் உண்மையாக இருக்கலாம். பத்திரிகை ஆசிரியனான என்னிடத்தில் வேலை வேண்டுமானால், ''நான் கட்டுரை, கதை எல்லாம் எழுதுவேன். நன்றாக 'ப்ரூப்'திருத்துவேன்"என்று சொன்னால் உடனே அவரால் நமக்கு உபயோகம் உண்டு என்று எண்ணுவேன்.

ஒரு நோயாளி நோயினால் தவிக்கிறான் என்று வைத்துக் கொள்ளுங்கள். அவனை வைத்தியத்தில் மிகவும் கெட்டிக்காரரான ஒரு டாக்டரிடம் அழைத்துப் போகிறோம். டாக்டருடைய வீட்டுக்குள் போனவுடன் நம்முடன்

வந்திருக்கும் நோயாளிக்கு, "இவர்தாம் டாக்டருடைய மைத்துனர். டாக்டருக்கு நான்கு பெண்கள் உண்டு.

மூத்த பெண்ணுக்குக் கல்யாணம் ஆகிவிட்டது. இரண் டாவது பெண்ணுக்கு வரன் தேடுகிறார். "இந்தக் கார் இப்போது தான் வாங்கினார்"என்று அறிமுகம் செய்து வைத்தால் அவனுக்குச் சலிப்பு ஏற்படுமேயன்றி அதனால் அவனுக்கு என்ன பயன் உண்டாகும்? இவை எல்லாம் உண்மையே என்றாலும் எல்லா உண்மையையும் எல்லா இடங்களிலும் சொல்ல வேண்டிய அவசியம் இல்லை. எந்த இடத்தில் எந்த உண்மையைச் சொன்னால் பயன் உண்டோ அதைச் சொல்லவேண்டும். நம்முடன் வருகிற வனோ நோயாளி. அவனிடம், "போன மாதம் க்ஷயரோகத் தால் பீடிக்கப்பட்ட ஒருவர் இவரிடம் வந்தார். ஒரே மாதத்தில் குணம் ஆகிவிட்டது. அதோ அந்த அம்மாளுக்கு இருதயமே கெட்டு இருந்தது. அதைச் சரிப்படுத்தினவர் இந்த டாக்டர்தாம்"என்று சொன்னால் அவனுக்கு, இந்த டாக்டரால் நமக்கும் நன்மை உண்டாகும்"என்ற எண்ணம் வளரும்.

அவ்வாறு திருமாலை அறிமுகம் செய்து வைக்க எத்தனையோ அடையாளங்கள் இருக்க அவற்றை யெல்லாம் சொல்லாமல், "இவர் குரங்காட்டி; குரங்கு களைக் கொண்டு கடலை அடைத்தவர்'' என்று சொல்கிறார். அதில் ஏதாவது சிறப்பு இருக்கிறதா என்று ஆராய வேண்டும். அருணகிரிநாதர் சிறந்த கருத்து இல்லாமல் அப்படிச் சொல்வாரா?

அவருடன் சென்றவன் குவியாத கரங்களையுடைய நோயாளி. கைகள் ஒரு விநாடி கூடக் கூடி அறியாதவன். அவனுக்கு அறிமுகம் செய்து வைக்கும்போது அவனுக்கு ஏற்றபடியே சொல்ல வேண்டும். 'குரங்குகளினால் கடலை அடைத்தவர் அப்பா இவர்!'' என்றால் வியப்பு ஏற்படும். குரங்குகளின் இயல்பு நமக்குத் தெரியும். அவற்றுக்குக் கையால் கட்டத் தெரியாது; பிரிக்கத் தெரியும். கை கூப்பத் தெரியாது; விரிக்கத் தெரியும்.

குரங்கின் இயல்பு

குரங்குகளின் கை சும்மா இராது என்பார்கள். பூக் கட்டுகிற பண்டாரத்தின் கையும் சும்மா இராது. சிவாசாரியாரின் கையும் சும்மா இராது. ஆனால் சிவாசாரியாரின் கை ஆண்டவன் திருத்தாளில் மலரை எடுத்து அர்ச்சித்துக் கொண்டிருக்கிறது. பண்டாரத்தின் கை நல்ல மண மலர்களை எடுத்து எடுத்து மாலை கட்டி ஒவ்வொரு கால பூஜைக்கும் ஆலயங்களுக்கு அனுப்பிக் கொண்டிருக்கிறது. ஆனால் குரங்குகளின் கை அப்படியா? கட்டின மாலையைப் பிரித்து, கிடைத்த பொருளைப் பிய்க்கிறது. அத்தகைய குரங்குகளை இராமன் ஆட்கொண்டான். பிரித்து எறிகிற குரங்குகளின் கையே பாலத்தைக் கட்டின. இராமசந்திரமூர்த்தி அவற்றை ஆட்கொண்டிராவிட்டால் அவற்றினிடம் குரங்குப் புத்திதான் இருக்கும்.

குரங்குப் புத்தி

குரங்குப் புத்தி எப்படி இருக்கும் என்பதைக் கம்பர் ஓர் இடத்தில் காட்டுகிறார். ஆஞ்சநேயன் சீதா பிராட்டியைத் தேடிக்கொண்டு இலங்கை வருகிறான். இலங்கை முழுவதும் தேடிப் பார்த்தும் அவள் இருக்கும் இடத்தைக் காண முடியவில்லை. 'இன்னும் எங்கே பார்க்கலாம்? நாம் என்ன செய்வது?'என்று மிக்க வேதனையுடன் இருக்கிறான்.

'நிச்சயமாக நான் சீதாபிராட்டியைக் கண்டு பிடித்து வருவேன் என்ற நம்பிக்கையால் அல்லவா இராம பிரான் நான் புறப்பட்டு வரும்போது தனியே அழைத்துச் சீதா தேவியின் அங்க அடையாளங்களைச் சொல்லிக் கணையாழியையும் கொடுத்தார்? நானோ இந்த நிலையில் இருக்கிறேன்.அவர் ஒவ்வொரு கணமும் நான் சீதா தேவியைக் கண்ட செய்தியோடு வருவேன் என்று எதிர்பார்த்துக் கொண்டு இருப்பாரே!'என்று எண்ணுகிறான்.

"கண்டுவரும் என்றிருக்கும் காகுத்தன்"

என்பது கம்பர் வாக்கு. உடனே ஆஞ்சநேயனுக்கு வேறு ஓர் எண்ணம் வருகிறது. 'எங்கள் அரசன் ஆகிய சுக்கிரீவன் தன் ஆணைக்கு அடங்கிய பலர் இருக்கவும், என்னை அழைத்துத் தெற்கே போ என்று சொன்னான். என்னிடம் அவனுக்கு எத்தனை நம்பிக்கை! சீதையை இராவணன் எங்கே ஒளித்து வைத்திருந்தாலும் நான் கண்டு பிடித்துத் தூக்கிக் கொண்டு வந்து விடுவேன் என்று அவன் நினைத் திருக்க வேண்டும். அவனும் என்னையும் சீதையையும் எதிர்பார்த்துக் கொண்டிருப்பான்.'

"கவிகுலக்கோன் கொண்டுவரும் என்றிருக்கும்' இப்படி இராமனும், சுக்கிரீவனும் நினைக்கின்ற நினைப்பு களில் வேறுபாடு இருக்கிறது. காகுத்தன் சீதையை ஆஞ்சநேயன் கண்டு வருவான் என்று எண்ணுகிறான். கவி குலக்கோனாகிய சுக்கிரீவன் சீதையைக் கொண்டு வருவான் என்று எண்ணுகிறான். 'இலங்கை செல்லும் ஆஞ்சநேயன் சீதை இருக்கும் இடத்தைப் பார்ப்பான். கற்புடைய அப் பெருமாட்டி ஆஞ்சநேயனுடன் வரமாட்டாள். ஆகவே, கண்டு அந்தச் செய்தியைச் சொல்வதற்கு அவன் வருவான்'என்று இராமன் எண்ணுகிறான். சுக்கிரீவன் இராமனைப் போன்ற அறிவுச் சிறப்பு உடையவன் அல்ல. சீதையின் பெருமையையும் உணர்ந்தவன் அல்ல. அவன் கவிகுலக் கோன்; குரங்கு அரசன். எதையும் லபக்கென்று பற்றிக் கொண்டு எடுத்து வருவது குரங்குகளின் இயல்பு. ஆஞ்சநேயன் சீதாபிராட்டியை ஏதோ ஒரு பண்டத்தைத் தூக்கிக்கொண்டு வருவது போலக் கொண்டு

வந்து விடுவான் என்று அவன் நினைக்கிறான். எதையும் பற்றித் தூக்கிக்கொண்டு வருவது குரங்கினுடைய இயல்பு. குரங்கு அரசன் குரங்குக்கு ஏற்ற வகையில் நினைக்கிறான். சீதாதேவி அதற்குச் சம்மதிப்பாளா என்று யோசிக்கவில்லை. கற்புடைய மங்கையை ஆஞ்சநேயன் எடுத்துவர முடியுமா என்பதையும் கருதவில்லை. அவன் குரங்காக இருந்ததன்றி,

ஆஞ்சநேயனையும் குரங்கு இயல்பினின்றும் மாறினவனாக எண்ணவில்லை. ஆகையால், "கவிகுலக்கோன் கொண்டுவரும் என்றிருக்கும்"என்று ஆஞ்சநேயன் நினைப்பதாகக் கம்பர் பாடுகிறார்.

குரங்குகள் அடைந்த மாற்றம்

குரங்கினுடைய இயல்பு பிரித்துத் தூக்கிக்கொண்டு வருகிறது என்பதற்கு இதைச் சொன்னேன். இராமனுடைய தொடர்பு பெற்ற பிறகு குரங்குகள் அற்புதமான மாற்றத்தை அடைந்தன. அவை இலங்கைக்குப் பாலம் கட்டின. அவை கட்டிய பாலம் எத்தகையது? கடல் நீரில் கட்டின. ஆழமான கடலுக்கு நீளமான, பாலத்தைக் கட்டின. குரங்குகளிடத்தில் இருந்த அழிக்கும் சக்தி, பிரிக்கும் சக்தி, சிதற அடிக்கும் சக்தி இராம னுடைய தொடர்பினால் மாறிவிட்டது.

குரங்குப் பிடி

குரங்குகளிடத்தில் மற்றொரு சக்தியும் உண்டு.

அதுதான் பிடிக்கிற சக்தி. குரங்குப்பிடி என்று சொல்வது உண்டு அல்லவா? குரங்கு பிடித்தால் லேசில் விடாது. குரங்குக்குப் பிரிக்கிறது எப்படி இயல்போ அப்படியே பிடிக்கிறதும் இயல்புதான். ஆனால் பிடிக்கும் இயல்பு மிகவும் அரிதாகவே காணப்படும். சமய நூல்களில் இறைவனைப் பற்றிக் கொள்ளும் திறத்தை இரண்டு வகையாகப் பிரிப்பார்கள். ஒன்று மார்ஜால நியாயம். மற்றொன்று மர்க்கட நியாயம். பூனைபோலப் பற்றுவது ஒன்று. குரங்கு போலப் பற்றுவது மற்றொன்று. தாய்ப் பூனை குட்டிகளை வாயால் கௌவிக்கொண்டு செல்லும். பூனைக் குட்டிகளுக்கு ஒரு வேலையும் இல்லை. இறைவன் தன்னைச் சார்ந்தவர்கள் சிலருக்கு ஒரு வேலையு மின்றி அவர்களுடைய இன்ப துன்பங்களை எல்லாம் தானே தன் பொறுப்பாக ஏற்றுக்கொண்டு காப்பாற்றுகிறான். இது மார்ஜால

நியாயமாகும். மார்ஜாலம் பூனை. குரங்குகள் இயல்பு வேறு. குரங்கு குட்டியைப் பற்றிக்கொள்ளாது. குட்டியே தாய்க் குரங்கின் வயிற்றை இறுகப் பற்றிக் கொள்ளும். பிடியை விட்டால் குரங்குக் குட்டி கீழே விழவேண்டியதுதான். அப்படி இறைவனைக் குரங்குக் குட்டிகளைப் போலப் பற்றிக்கொள்ள வேண்டும். அவனை சரணாகதி அடைந்துவிட்டால் தான் நமக்குப் பாதுகாப்புக் கிடைக்கும். இதுதான் மர்க்கட நியாயம் என்று சொல்வார்கள். மர்க்கடம் - குரங்கு.

குரங்குகளிடத்தில் பிடிக்கிற தன்மை எப்போதும் காணப்படுவதில்லை. இராமனோடு சம்பந்தப்பட்ட அளவில் குரங்குகளுக்கு உள்ள பிய்க்கிற தன்மையும் பிரிக்கிற தன்மையும் மாறி,பிடிக்கிற தன்மை மேல் ஓங்கியது. அதனால் பாலத்தைக் கட்டி முடிக்கின்ற ஆற்றலைப் பெற்றன. அழிக்கும் சக்தி மாறி ஆக்கும் சக்தி உண்டாயிற்று.

உட்கருத்து

இதன் கருத்தை நாம் உணரவேண்டும், இராமாயணத்தை ஏதோ ஒரு காலத்தில் நிகழ்ந்த கதை என்று நினைக்கக் கூடாது. அப்படி இருந்தால் அது பழையதாகப் போய் இருக்கும். நமக்கு அதனால் பயன் இல்லை. உட்கருத்தினால் இராமாயணம் நமக்கும் பயன்படுவது. நம் மனம் ஒரு குரங்கு. பரமாத்மாவாகிய இராமனோடு சேர்ந்திருக்க வேண்டிய ஆத்மாவாகிய சீதை இராமனிடம் இருந்து பிரிந்து தனியே இருக்கிறாள். சீதையாகிய ஆத்மாவைச் சிறை மீட்டால் பரமாத்மாவோடு போய்ச் சேருவாள். அவளைச் சிறை மீட்க வேண்டுமானால் மனம் ஆகிற குரங் குக்கு இறைவனுடைய தொடர்பு வேண்டும். எப்போதும் பிரிந்திருக்கிற மனம் என்னும் குரங்கை இராமன் தன்னுடைய அருளினால் ஆட்கொண்டான். பிரிக்கிற இயல்பு மாறிப் பிடிக்கிற இயல்பு வெளிப்பட்டது. இதுதான்

பாலம் கட்டின கதையின் தத்துவம்.

"கூடாமல் பிரிந்திருக்கும் உன் கை எம்பெருமான் முருகனுடைய அருளைப் பெறக் குவிய வேண்டும். அப்படிக் குவிவதற்கு உதவி செய்வான் திருமால்"என்று உணர்த்துவாரைப் போல இங்கே அதற்கு ஏற்ற அடையாளத்தோடு திருமாலைக் காட்டுகிறார் அருணகிரியார்.

கவியால் கடல் அடைத்தோன் மருகோனை.

"குரங்குகளால் கடலை அடைத்தவன் ஆகிய இந்தப் பெருமானுடைய மாப்பிள்ளையை இனிமேல் உள்ளே போய்ப் பார்க்கலாம் வா'' என்று தம்முடன் அழைத்துப் போகிறார்.

பாம்பு அணிந்தவன்

கூடத்தில் ஒருவர் உட்கார்ந்திருக்கிறார். அவர் உடம் பெல்லாம் பாம்புகள் தொங்குகின்றன. அந்தப் பாம்புகளைக் கண்டவுடன் வந்தவனுக்கு அச்சம் உண்டாகிறது. கண்ணை மூடிக்கொண்டு! அருணகிரி நாதருடைய கையை இறுகப் பிடித்துக் கொள்கிறான். சில பாம்புகளுக்குப் பல படங்கள் இருக்கின்றன. எல்லாமே படமெடுத்து ஆடுகின்றன. ஒரே படங்களின் கூட்டம். படத்தை எடுத்துக் கொண்டு சீறி வரும் பாம்பைப் பார்த்து யார்தாம் அஞ்ச மாட்டார்கள்? பாம்புக்குக் கட்செவி என்று ஒரு பெயர். அதற்குக் காது இல்லை. கண்ணே அதற்குக் காதாகவும் உதவுகிறது. ஒளியையும் ஒலியையும் ஏற்றுக்கொள்ளும் கண்ணே செவியாக இருக்கிறது. அந்தப் பாம்புகளை அங்கே அமர்ந்திருக்கிற பெருமான் ஆபரணம் ஆக அணிந் திருக்கிறார். வீட்டிற்குள் நுழையும்போதே அருணகிரியார் ஒரு குரங்காட்டியைக் காட்டினார். இப்போது ஒரு பாம்பாட்டியைக் காட்டுகிறார். "இந்தப் பாம்பாட்டியைக் கண்டு அஞ்சாதே. இவர்தாம் நாம் காண வந்திருக்கும் குழந்தைப் பெருமானாகிய முருகனுக்குத் தந்தை.

இவருடைய பிள்ளையைத்தான் நாம் பார்க்க வேண்டும்'' என்று தம்முடன் வந்திருப்பவனுக்கு அறிமுகம் செய்து வைக்கிறார்.

கணபணக் கட்செவியால் பணிஅணி கோமான் மகனை.

கணம் - கூட்டம். பணம் - படம். கூட்டமான படங் களை உடைய, கண்ணும் காதும் ஒன்றாக இருக்கிற கட் செவியாகிய பாம்பை ஆபரணமாக அணிந்துகொள்ளும் சிவபெருமானாகிய இந்தக் கோமான் மகனை நாம் காண வந்திருக்கிறோம் என்று அழைத்துப் போகிறார் அருணகிரியார்.

பாம்பும் சந்திரனும்

'திருமாலுக்கு எத்தனையோ அடையாளங்கள் இருந்தும் குரங்கைக் கொண்டு கடலை அடைத்தவர் என்று அறிமுகம் செய்து வைத்தீர்கள். அதற்குக் காரணத்தை யும் தெரிவித்தீர்கள். பரமேசுவரருக்கு வேறு அடையாளங்கள் இல்லையா? இந்த அடையாளத்தோடு எனக்கு அறிமுகம் செய்து வைப்பதில் ஏதேனும் சிறப்பு உண்டா?'' என்று கேட்கிறான் உடன் போனவன். அவர் விளக்கு கிறார்.

பாம்புக்கும் சந்திரனுக்கும் பகை. நஞ்சு கக்கும் படங்கள் கூட்டமாக உடைய பாம்புக்குப் பக்கத்தில்தான் எம் பெருமான் ஜடாபாரத்தில் சந்திரன் இருக்கிறது. பாம்பு இருக்கிறதே என்று சந்திரன் அஞ்சுவது இல்லை. நமக்குப் பகையாகிய சந்திரன் இருக்கிறானே, அவனை விழுங்க வேண்டும் என்று பாம்பும் நினைப்பது இல்லை. பயத்தைக் கொள்ளாமல் சந்திரன் இருக்கிறான். சந்திரனை விழுங்கும் பகையாகிய பாம்புகளோ நஞ்சைக் கக்காமல் பகை உணர்ச்சியை விட்டுவிட்டுச் செயல் மாண்டு கிடக்கின்றன.

நம்முடைய மனம் என்னும் பாம்பு ஐந்து பொறிகளின் வாயிலாகப் பகையாகிய நஞ்சைக் கக்காமல் செயல் அற்று

இருக்க வேண்டும். செயலற்று இருப்பதற்கு அறிகுறியாகத் தானே கை குவிவது? நம்முடைய கரங்கள் குவி யாமல் விரிந்திருக்கின்றன. அதனால் ஆசை மிகுந்து பல செயல்களைப் புரிந்து துன்பப்பட்டுக் கொண்டிருக்கிறோம். ஆகவே சிவபெருமானை அறிமுகம் செய்து வைக்கும் அருண கிரியார், "நஞ்சு கக்கும் நாகத்தைப் பகையுணர்ச்சி அடங்கி இருக்கும்படி ஆபரணமாகச் சூட்டிக்கொண்டவர் இவர்"என்று அடையாளம் காட்டுகிறார்.

பகை நீங்குதல்

இறைவனுடைய திருவருள் இருக்கும் இடத்தில் பகையாக இருக்கும் பொருள்கள் எல்லாம் பகை நீங்கி ஒன்றுபட்டு வாழ்கின்றன. உலகில் எல்லா உயிர்களும் ஒற்றுமையாக வாழ வேண்டுமென்றால் எம்பெருமானுடைய திருவருள் நினைவு வேண்டும். புலியும், மானும் பகை யுணர்ச்சி நீங்கி ஓர் இடத்தில் நீர் குடிக்கின்றன என்று நல்ல மன்னர்களுடைய ஆட்சிக்கு ஓர் அடையாளம் சொல்வார்கள்.

ஆண்டவன் திருவருளைப் பலமாகக் கொண்ட மன்னர்கள் அறத்தை வளர்த்தார்கள். அந்த ஆட்சியிலே விலங்கினங்களும் பகை தீர்ந்து வாழ்ந்தன.

புலி போன்ற உருவத்தையும், மான் போன்ற உருவத்தையும் பக்கத்தில் வைத்தால் புலியும் மானும் ஓர் இடத்தில் இருப்பது போலத் தோன்றும். அல்லது உயிர் அற்ற மானும், உயிர் அற்ற புலியும் ஓர் இடத்தில் இருக்கலாம். உயிரோடு இருக்கும் போது அவை இரண்டும் பக் கத்தில் பக்கத்தில் எப்படி நிற்கும்?"என்று ஒரு கேள்வி எழலாம். பகைத் தன்மை உடைய விலங்குகள் பகை நீங்கி இருக்கின்ற செவ்வி பல உண்டு. இறைவனுடைய அருளிலேயே ஈடுபட்ட ஆனாய நாயனார் என்னும் பெரியவர் அத்தகைய அற்புதத்தைச் செய்தார். அது பெரிய புராணத்தில் வருகிறது.

ஆனாய நாயனார்

ஆனாய நாயனார் நீர் வளம், நில வளம் பொருந்திய சோழ நாட்டில் ஆயர் குலத்தில் தோன்றியவர். இறைவனிடத்தில் எல்லை இல்லாக் காதல் கொண்டு வாழ்ந்தவர். ஊரில் உள்ள கன்று காலிகளை ஓட்டிக் கொண்டு போய்த் தினந்தோறும் முல்லை நிலம் சென்று மேய்த்து வருவார். ஒவ்வொரு நாளும் அவர் மாடுகளை மேய்க்க அழைத்துச் செல்லும்போது அவ்விடத்தில் புல்லாங்குழல் ஊதுவார். மாடுகள் காலார நடந்து மேய்ந்து கொண்டிருக்கும். அவர் தம் கையில் உள்ள புல்லாங்குழலை எடுத்துப் பஞ்சாட்சர மந்திரத்தை அதில் ஊதுவார். அவருடைய இன்னிசை காற்றில் பரவி அமுதம் புகுந்தது போல மக்கள் காதில் புகும். உயிர்க் கூட்டங்களின் காதில் புகுந்து அவற்றை வசம் ஆக்கும்.

அவர் மாடுகளை மேய்த்த காட்டில் பிறரை வருத்து கின்ற கொடிய விலங்குகள் இருந்தன. அவற்றால் துன்புறும் எளிய பிராணிகளும் இருந்தன. பாம்புகள் இருந்தன; பாம்பைக் கொத்தும் மயில்கள் இருந்தன. யானைகள் இருந்தன; யானைகளை அடித்துக் கொல்லும் சிங்கங்களும் இருந்தன. மான்கள் இருந்தன; மான்களைத் தின்னும் புலிகளும் இருந்தன.

ஆனாய நாயனார் புல்லாங்குழலில் இருந்து வெளிப்படும் அந்த அமுத கீதநாதத்தைக் கேட்டு அவை யாவும் தம்முடைய இயல்பு மாறி ஒன்றுபட்டு நின்றன என்று சேக்கிழார் பாடுகிறார். அந்த விலங்கினங்களின் காதும் கருத்தும் கானத்திலே ஒன்றுபட்டதனால் அவற்றின் இயல்பான பகை உணர்ச்சி மாய்ந்து போயிற்றாம்.

"நலிவாரும் மெலிவாரும் உணர்வொன்றா நயத்தலினால்
மலிவாய்வெள்ளெயிற்றரவம் மயின்மீது மருண்டுவிழும்."

வருத்துகின்ற வலியவர்களும், அவரால் துன்பத்தை அடை கின்ற எளியவர்களும் ஆனாயநாயனாரின் குழல் இசையைக்

கேட்டு வேற்றுமை இல்லாமல் மனம் ஒருமைப்பட்டு லயித்துவிட்டார்கள். அதனால் பாம்புகள் மயில்மீது மயங்கி விழுந்தன.

"சலியாத நிலையரியுந் தடங்கரியுமுடன் சாரும்"

கெடாத வலிமையுடைய சிங்கங்களும், பெரிய யானைகளும் பகையுணர்ச்சி இல்லாமல் ஒன்றுபட்டுச் சேர்ந்து இருக்கும்.

"புலிவாயின் மருங்கணையும் புல்வாய புல்வாயும்."

புல்லை வாயில் வைத்துக் கொண்டிருக்கும் மான் அதனை நுகராமல் அப்படியே மயங்கி நிற்கும். அதன் அருகில் வாயைத் திறந்து கொண்டிருக்கும் புலி அந்தக் கீத நாதத்தில் தன்னை மறந்து நிற்கும். மான் புலி வாயில் போகாமல் அதன் பக்கத்தில் நிற்கும். புல் மான் வாயில் போகாமல் அதன் வாயில் தொங்கும். மானுக்கும் புலிக்கும் உயிர் இல்லை என்று சொல்லலாமா? உயிர் இருந்தது. ஆனால் விலங்குணர்ச்சி இல்லை. அவற்றின் செவி வழியாகப் புகுந்த பஞ்சாட்சர கானம் மானின் கோழைத் தன்மையை மாற் றியது; புலியைக் கண்டு அஞ்சாமல் அதன் பக்கத்தில் நிற்கும்படி செய்தது. அப்படியே புலியினிடம் இருந்த புலித்தன்மையும் மாறிவிட்டது; அது, மானைக் கொன்று தின்னவேண்டுமென்ற உணர்ச்சி இல்லாமல் திறந்த வாயை மூடாமல் நின்றது.

பகைமை இழந்த பாம்பு

இப்படியே பாம்பு தன் பாம்புத் தன்மையை இழக்கவும், சந்திரன் தன் கோழைத் தன்மையை இழக்கவும் இறைவனுடைய ஜடாபாரத்தில் அவை ரண்டும் ஒன் றுக்கொன்று பக்கத்தில் செயல் அடங்கிக் கிடக்கின்றன. நஞ்சு கொப்புளிக்கும் நாகம் அவனுக்கு ஆபரணமாக விளங்குகிறது. "பாம்புகளைச் செயல் அடங்கச் செய்து அணியாகச் சூட்டிக் கொண்டிருக்கிற பெருமான் இவர். இவருடைய

பிள்ளையைத்தான் நாம் பார்க்கப்போகிறோம்'என்கிறார் அருணகிரியார்.

உட் கருத்து

பாம்பு நஞ்சைக் கக்காமல் அணியாக மாறி இருப்பது போல ஐந்து பொறிகளாகிய படங்களை உடைய நம் மனம் என்னும் பாம்பு நஞ்சைக் கக்காமல் பரமேசுவரர் தாளைச் சார்ந்து அணியாகும் நிலையைப் பெறலாம். அதற்கு இந்தப் பெருமான் உதவி செய்வார் என்பது புலனாகிறது,

இதனால் பாம்பு அஞ்சுவதற்குரிய நஞ்சு உடையது ஆனாலும், அதை அடக்கிப் பாம்புத் தன்மையை மாற்றினால் அதுவே அணியாகிவிடும். மனம் கெட்டதாக இருந்தால் அதன் விளைவும் கெடுதியாக இருக்கும். அதை அடக்கி, அதன் கெட்ட தன்மையை மாற்றினால் அதுவே நமக்கு உதவியாக, ஆபரணமாக விளங்கும் என்ற கருத்து இங்கே புலப்படுகிறது.

கணபணக்கட் செவியால் பணியணி கோமான் மகனை.

"இத்தனை பெருமையுடைய மாமாவுக்கு மாப்பிள்ளை யாகவும், அப்பாவுக்குப் பிள்ளையாகவும் உள்ள அந்தக் குழந்தைப் பெருமான் எப்படி இருப்பார் சுவாமி? அவருக்கு என்று தனிப்பெருமை ஏதாவது உண்டா?"என்று உடன் வந்தவன் அருணகிரியாரைக் கேட்கிறான். அருண கிரியார் சொல்லத் தொடங்குகிறார்.

3

திறல் அரக்கர் புவியார்ப்பெழத்தொட்ட போர்வேல் முருகனை.

முருகப் பெருமானுடைய வீரத்தைச் சொல்கிறார், முருகப் பெருமான் தன் திருக்கரத்தில் வேல் தாங்கி இருக்கிறான்.அந்த வேல் ஞானம்.

நல்லவற்றையும், நல்லவர்களையும் குலைப்பதையே தம் வேலையாகக் கொண்டவர் அசுரர். அவர்கள் முருகன் திரு அவதாரம் செய்த காலத்திலேயே, "ஐயோ! இனி நாம் ஒழிந்துபோவோம்!"என்று அழ ஆரம்பித்துவிட்டார்கள்.

"கடல் அழக் குன்று அழச் சூர் அழ விம்மி அழும்
குருந்தைக் குறிஞ்சிக் கிழவன் என்று ஓதும் குவலயமே."

முருகப்பெருமான் குழந்தைப் பிராயத்தில் அறுவர் பாலுக்கு ஆசைப்பட்டு விம்மி அழுதான். அந்த அழுகை கேட்ட அசுரர்கள் அவன் எப்போது நம்மேல் போர் தொடுக்க வேலைத் தொடுவானோ என்று வயிற்றில் நெருப் பைக் கட்டிக் கொண்டிருக்கிறார்கள். அவர்கள் மெலிந்தவர்கள் அல்ல. மிக்க வீரம் பொருந்தியவர்கள்.

அசுரர் பலம்

திறல் அரக்கர்.

நெஞ்சில் ஈரம் இல்லாத வீரம் உள்ள திறல் அரக்கர்; நன்மையைக் குலைக்கின்றவர்கள். நல்லவர்களுக்குத் துன்பம் விளைத்து, அவர்கள் அழக்கண்டு களிக்கும் இயல்பு உடை யவர்கள். அவர்களைக் குலைப்பதற்கு முருகன் வேலைத் தொட் டான். தொடுதல் என்ற சொல்லுக்கு ஏவுதல் என்றும் உபயோகித்தல் என்றும் பொருள் உண்டு. ஆனால் இங்கே தீண்டுதல் என்று பொருள் கொள்வது சிறப்பு. முருகன் வேலைக் கையில் தொட்ட மாத்திரத்தில் அதனுடைய எதி ரொலியாக அச்சத்தால் நடுநடுங்கிக் கொண்டிருக்கும் அசு ரக் கூட்டத்தில் பெரிய ஆரவாரம் எழுந்தது என்று பொருள் கொள்வது மிகவும் சிறப்பாகும். முருகப் பெருமான் போருக்கு வேலைத் தொட்டதைத் தேவர்கள் பார்த்தார்களோ

இல்லையோ, சிவபெருமான் பார்த்தாரோ இல்லையோ, அல்லது எம்பெருமாட்டி பார்வதிபார்த்தாளோ இல்லையோ, வைத்த விழி வாங்காமல் முருகன் எங்கே போகிறான்,என்ன செய்கிறான் என்று பார்த்து வந்த அசு ரக்கூட்டங்கள் அவன் போர் வேலை எடுத்தவுடன் பார்த்து விட்டன.

அது அசுரர்களுடைய உலகத்தில் எழும்பிய புலம்பல் ஒலியினால் நன்றாகத் தெரிகிறது. தவத்தினால் திறல் பெற்ற அசுரர்கள், படையினால் திறல் பெற்ற அசுரர்கள், உடம்பு வலிமையினால் திறல் பெற்ற அசுரர்கள், உறவினர்களின் கூட்டத்தால் திறல் பெற்ற அசுரர் கள் ஆகையால் திறல் அரக்கர் என்று சொல்கிறார் அருண கிரியார். அவர்களுடைய உலகத்தில் முருகன் போர்வேலைத் தொட்டவுடனேயே ஆர்ப்பு எழுந்தது. "ஐயோ! நம்முடைய வைரி வேலை எடுத்துவிட்டானே! நம்மை அழிக்கப் பிறந்த குழந்தை தன் சிறு கையிலே வேலைத் தொட்டுவிட்டானே! இனி நாம் உய்ய முடியாது போல் இருக்கிறதே!"என்ற புலம்பல் அசுரர் உலகத்தில் எழுந்துவிட்டது.

திறல் அரக்கர் புவிஆர்ப் பெழத்தொட்ட
போர்வேல் முருகனை.

முருகன் வேலைப் பிரயோகம் பண்ணவேண்டுமென் பது இல்லை. வேலை எடுத்த மாத்திரத்தில் அசுரர்களுடைய உலகத்தில் துன்ப ஆரவாரம் எழுந்தது.

விளக்கைக் கொண்டு வரும்போது இருள் ஓடுவதைப்போல ஞானம் தோற்றும்போது அஞ்ஞானம் குலைந்துபோகும். அசுர சம்பத்துக்களாகிய தீய குணங்கள் ஞானம் தோன்றும்போது நிலைகுலைந்து கெட்டுவிடும். அப்படி எம்பெருமான் வேலைத் தொட்டவுடனேயே அசுரர்கள் வயிற்றில் புளியைக் கரைக்க ஆரம்பித்தது.

இப்படி அஞ்ஞானத்தைப் போக்கி, ஞானத்தையே வேலாகக் கைப்பற்றிய எம்பெருமானைப் போற்றித் தொழா விட்டால் நம்முடைய கை பயன் அற்ற கை ஆகிவிடும். அவன் கை, வேல் எடுக்கும் தன்மை உடையது. அஞ் ஞானத்தைப் போக்குவதற்குரிய திருவிளையாட்டைச் செய்வதையே தன் தொழிலாகக் கொண்டது. நம்முடைய கை செயல் ஒழிந்து அவன் முன்னால் குவிவதையே கடமையாகக் கொள்ள வேண்டும்.

'ஆண்டவனே, குரங்குகளின் பிய்க்கின்ற கையை, பிரிக்கின்ற கையை, மலைகளைத் தூக்கி வருகின்ற கையாகவும் கடலை அடைத்துப் பாலம் கட்டும் கையாகவும் செய்த உன் மாமாவின் பெருமை எனக்குத் தெரியும். நஞ்சைக் கக்குகிற பாம்புகளை அடக்கிச் சந்திரனிடம் அது கொண்ட பகையை மாற்றி, தம் அருகிலேயே ஆபரணமாக வைத்துச் சூட்டிக் கொண்டிருக்கிறார் உன் தந்தை. அவர் பெருமையும் எனக்குத் தெரியும். அந்தக் குடும்பத்தில் பிறந்தவன் நீ என்பதை நன்கு தெரிந்து கொண்டிருக்கிறேன். அவற்றோடு உன் பெருமையும் எனக்குத் தெரியும். எல்லா வகையாலும் திறல் படைத்த அரக்கர்களது உலகத்தில் வேதனை ஆரவாரம் எழும்படி யாகப் போர் வேலைத் தொட்ட பெருமான் நீ.
அஞ்ஞானத்தால் என் மனம் ஆகிய குரங்கு எதையும் கட்டத் தெரியாமல் பிரித்துப் போட்டுக்கொண்டு சலித்து வருகிறது. பொறிகளாகிய படங்களை உடைய என்னுடைய மனமாகிய பாம்பு நஞ்சு போன்ற துன்பத்தை உண்டாக்குகிறது. அதனை அடக்கும் ஞான சக்தியாகிய வேல் உன்னிடத்தில் அல்லவா இருக்கிறது? ஞான வேலாயுதத்தை உடைய பெருமானே! உன்னை அணுகி, உன் திருச் சந்நிதானத்திலே அன்பால் குவியாத கரங்களை நான் படைத்தி ருக்கிறேனே! கை இருந்து என்ன பயன்? கர்மேந்திரியங்களுக்குள் மிகவும் சிறப்பான கையே எனக்குப் பயன்படாது போய்விட்டால் மற்றக் கருவிகள் எப்படிப் பயன் படும்?"என்று நினைத்து, அந்த

நினைப்பின் சாரமாக இந்தப் பாட்டை அருணகிரிநாதர் பாடுகிறார்.

முருகனைப் போற்றிஅன்பால் குவியாக் கரங்கள் வந்து எங்கே எனக்கு இங்ஙன் கூடியவே?

அன்பாற் குவித்தல்

நம்முடைய கைகள் பல சமயங்களில் குவிகின்றன. தேர்தலில் எனக்கு வோட்டுப் போடுங்கள் என்று எத்தனையோ பேர்களுக்கு முன்னால் போய் நின்று கையைக் குவிக்கிறார்கள். இறைவனுடைய சந்நிதானத்திலும் அவர்கள் கை குவிப்பது உண்டு; "சுவாமி, என் பெட்டியில் நிறைய வோட்டுக்கள் விழ வேண்டும்'' என்று வேண்டிக்கொண்டு குவிக்கிறார்கள். விரிகிற கை குவிவதற்குக் காரணம் நெஞ்சிலே ஆண்டவன்பால் கொண்ட காதல் அல்ல; வேறு ஒன்றிடத்தில் கொண்ட ஆசைதான். அன்பு இல்லாமல் கரங்கள் குவிந்தாலும், குவியாமலே இருந்தாலும் ஒன்று தான். ஆகவே நம்முடைய கை ஆண்டவனுடைய சந்நிதானத்திலே குவிவதற்கு முன்னாலே கருத்து அன்பினாலே குவியவேண்டும். அதனை நினைந்தே, 'அன்பால் குவியாக் கரங்கள்'என்றார் அருணகிரியார்.

கைகள் தாமே குவிதல்

பரஞ்சோதி முனிவர் கைகள் அன்பினாலே தொழும் முறையை அழகாகச் சொல்கிறார். மாணிக்கவாசகருக்குக் கைகள் குவிந்தன. 'அவர் குவிக்கவில்லை; 'தாமாகக் குவிந்தன'என்கிறார். அவர் மாணிக்கவாசகர் துதியைச் சொல்லும் போது இந்தக் கருத்தை வெளியிடுகிறார். மணிவாசகருக்கு வணக்கம் என்று அவர் சொல்லவில்லை. அவர் வீட்டில் ஒருவன் வேலை செய்து கொண்டிருக்கிறான். அவனுடைய வீடு தேடிச்சென்று, "அப்பா உனக்கு ஒரு கும்பிடு'' என்று அவன் காலில் விழுகிறார். "சுவாமி, என்

காலில் விழுவதற்கு நான் என்ன பெரியவனா?"என்று அவன் நடுங்குகிறான். "அப்படிச் சொல்லாதே. நீ யார் வீட்டில் வேலை செய்கிறாய் என்று எனக்குத் தெரியும். மணிவாசகர் வீட்டில் அல்லவா சேவகம் செய்கிறாய்? அவருக்குத் தொண்டு புரியும் பாக்கியம் பெற்ற நீ என்னை விட எத்தனையோ உயர்ந்தவன் ஆயிற்றே!'என்று அவர் காலைப் பற்றிக் கொள்கிறார்,

"தொழுதகை தலைமீ தேறத் துளும்புகண் ணீருள் மூழ்கி
அழுதடி யடைந்த வன்ப னடியவர்க் கடிமை செய்வாம்"

என்கிறார் மணிவாசகர் எப்படி உயர்ந்தவர் என்பதை இந்தப் பாட்டில் தெளிவாகச் சொல்கிறார். மறைகள் தேறா இறைவனை இரவும் பகலும் பூசித்து இன்புற்றவர் மணிவாசகர். இறைவனுடைய திருவருளிலேயே ஈடுபட்டு கைகள் அவன்பால் கொண்ட அன்பினாலேயே அவர் தாமாகக் குவிகின்றன.

"தொழுதகை தலைமீ தேற"

என்று பாடுகிறார் பரஞ்சோதியார். அவர் உள்ளம் நெகிழ்ந்து நெகிழ்ந்து கண்ணீர் ஆறாகப் பெருகி, தொழுத கைகள் அவரை அறியாமல் தலைமேல் ஏறுகின்றனவாம்.

அன்பு உள்ளத்தில் இல்லாவிட்டால் கைகள் குவிவது இல்லை. அன்பு இல்லாமல் கைகள் குவிவதால் அதற்குப் பயனும் இல்லை. அன்பினாலே நாம் கையைக் குவிக்கப் பழகிக்கொண்டோமானால் நம் நினைவு இல்லாமல் கைகள் தாமே குவியும் நிலைமை வந்துவிடும். இவற்றையெல்லாம் நினைந்து அருணகிரியார், "எம்பெருமானே! என்னுடைய கைகள் உண்மையான அன்பு காரணமாகக் குவியாமல் வீணாக இருக்கின்றனவே!"என்று பாடுகிறார்.

கவியால் கடல்அடைத் தோன்மரு
கோனைக் கணபணக்கட்
செவியால் பணிஅணி கோமான்

மகனைத் திறல்அரக்கர்
புவிஆர்ப் பெழத்தொட்ட
போர்வேல் முருகனைப்
போற்றிஅன்பால் குவியாக்
கரங்கள்வந்து எங்கே
எனக்குஇங்ஙன் கூடியவே?

[குரங்குகளால் கடலை அடைத்த திருமாலின் மருமகனை கூட்டமாகிய படங்களை உடைய பாம்பால் ஆபரணம் அணிந்த பரமேசுவரனுடைய புதல்வனை, பலமுடைய அசுரர்களின் உலகத் தில் அச்சத்தால் ஆரவாரம் எழும்படி எடுத்த போருக்குரிய வேலை உடைய முருகனை, வழிபட்டு அன்பினாலே குவியாத கைகள் எங்கே எனக்கு இப்படி அமைந்தன?

கவி - குரங்கு. கணம் கூட்டம். பணம் - படம். கட்செவி பாம்பு. திறல் - வலிமை. அரக்கர் என்பது இராட்சதர்களுக்குரிய பெயராயினும் இங்கே அசுரர்களைக் குறித்தது. ஆர்ப்பு - ஆரவா ரம். இங்ஙன் - இவ்வாறு.*]*

இந்த வீடும் அந்த வீடும்

1

'இறைவனை வணங்காத தலை எனக்கு எங்கே வாய்த்தது? அவன்பால் அன்புகொண்டு குவியாக் கரங்கள் வந்து எனக்கு எங்கே கூடின?'' என்று சொன்னபிறகு அருணகிரியாருக்கு இந்த உடம்பைப் பற்றிய நினைப்பு வந்தது. இது எப்போதும் நிலையாக இருப்பது அன்று; ஆதலின் நிலையான ஒரு புகலிடம் வேண்டும் என்பதைச் சொல்கிறார்.

மூன்று உடம்புகள்

உயிருக்கு மூன்று உடம்புகள் உறைகளைப் போல் இருக்கின்றன. பனியன், ஷர்ட், கோட் என்று மூன்று சட்டைகளைச் சிலர் அணிந்து கொள்வது போன்றது இது. வெளியே தோற்றும் உடம்பு பருவுடல்; தூல சரீரம். அது உயிருக்கு வெளி உறையாக இருப்பது. இதனையன்றிக் காரண சரீரம், சூட்சும சரீரம் ஆகிய இரண்டு உட்சட்டைகள் வேறு இருக்கின்றன. நம் கண்ணுக்குத் தோன் றும் பருவுடல் மரணம் அடைந்தபின் அழிந்து போகிறது. தூல சரீரம் என்ற வெளிச் சட்டையை விட்டு உயிர் அகன்றுவிடுகிறது. ஆயினும் காரண சரீரம், சூட்சும சரீரம் ஆகிய இரண்டையும் அது விடுவது இல்லை. பிரளய காலத்தில் சூட்சும சரீரமும் போகிறது. அப்போதும் காரண சரீரம் அழிவது இல்லை. உயிர் எப்போதும் உடம் போடே இருக்கும் தன்மை வாய்ந்தது.

எல்லாக் காலத்தும் உயிர் ஒரு சரீரத்தோடு இருந்து இன்ப துன்ப அநுபவங்களைப் பெறுகிறது. உயிர் எந்தச் சரீரத்தின் தொடர்பும் இல்லாமல் நேரே அநுபவிக்கின்ற அநுபவம் முத்தி இன்பம் ஒன்றுதான். அது அல்லாத மற்ற இன்ப துன்ப அநுபவங்கள் எவற்றையும் உடலின் வாயிலாகத்தான் உயிர் அநுபவிக்க முடியும்.

இரும்பும் பாலும்

இரும்பைக் காய்ச்ச வேண்டுமென்றால் எரிந்து கொண் டிருக்கிற நெருப்பிலே அப்படியே தூக்கிப் போட்டுவிடலாம். சிறிது நேரத்தில் எரிந்து கொண்டிருக்கும் நெருப்போடு இரும்பும் காய்ந்து தகதகவென ஒளி விடத் தொடங்கும். ஆனால் பாலைக் காய்ச்ச வேண்டுமானால் இரும்பைப் போட்டதுபோல அடுப்பிலே கொட்ட யாது. அப்படிக் கொட்டினால் பாலும் இராது, நெருப்பும் இராது. நெருப்பின் சூட்டை வாங்கி, அதனிடத்தில் சாரச் செய்கின்ற பாத்திரம் ஒன்று இடையில் வேண்டும்.

உடம்பும் அநுபவமும்

அவ்வாறே உயிர் நேரே அநுபவத்தைப் பெறுவது இறைவனுடன் இணைந்து முத்தியாகிய இன்பம் பெறும் போதுதான்; இரும்பு நேரே சூட்டைப் பெறுவது போன்றது அது. அப்படியின்றி நல்வினை தீவினைகளின் பய னாகிய இன்ப துன்ப அநுபவத்தைப் பெறும்போது பாலுக்கும் தீக்கும் இடையிலுள்ள பாத்திரத்தைப் போன்று ஒரு சரீரம் வேண்டும். உலக அனுபவங்களாகிய இன்ப துன் பங்கள் சரீர சம்பந்தமாகவே வரும். உலகில் வாழும் போது இந்தத் தூல சரீரத்தின் சம்பந்தமாக அநுபவங்கள் வருகின்றன. உலகில் வாழ்ந்து, மரணம் அடைகிறவர்கள் நரகத் துன்பத்தையும், சொர்க்கலோக இன்பத்தையும் அநுபவிக்கிறார்கள். அந்த அநுபவம் எதைச் சார்ந்து வருகிறது ? இந்த வெளி உடம்பு இல்லாவிட்டாலும் உள் சரீரத்தைச் சார்ந்து இருக்கிற சூட்சும உறையாக வருகிறது.

இத்தகைய மூன்று வகையான சரீரங்களில் எதுவுமே இல்லை என்றால் உயிர் நேரே இறைவனோடு ஒன்றி எல்லையில்லாத ஆனந்தத்தைப் பெறுகிறது. எனவே, உயிர் எப்போதும் தனித்து இராது. ஒன்று உடம்போடு ஒட்டி இருக்கவேண்டும்; அல்லது இறைவனைச் சார்ந்து இருக்க வேண்டும்.

உயிர் சரீரத்திற்கு உட்பட்டு இருப்பதே ஒரு வியப்புத் தரும் கட்டுப்பாடு. சரீரத்திற்குக் கட்டுப்பட்டு உயிர் இருக்கும் வரையில் பத்தன் என்றும், சரீரக் கட்டுப் பாட்டை விட்டபோது முத்தன் என்றும் சொல்வார்கள். கட்டுப்பட்டவன் பத்தன். விடுபட்டவன் முத்தன். இறைவன் இயல்பாகவே முத்தனாக இருக்கிறான். அவனைச் சார்ந்த உயிர்களும் எல்லா விதமான பந்தத்தினின்றும் விடுபடுகின்றன.

அற்புதமான உடம்பு

உலகில் வாழும்போது பல வகை நுகர்ச்சிகளையும் அடைகிற இந்தப் புற உடலை இறைவன் மிக அற்புதமாகவும் மிக நுட்பமாகவும் படைத்திருக்கிறான். இந்த இயந்திரத்துக்குள்ளே எத்தனையோ சிறிய சிறிய உறுப்புக்கள் இருக்கின்றன. புதிய புதிய இயந்திரங்களை விஞ்ஞானிகள் படைக்கும்போது கண்டு வியந்து போற்றும் நாம் உடலாகிய அற்புத யந்திரத்தைப் பார்த்து மிக்க வியப்பை அடைவதில்லை. எளிதில் நம் முயற்சி இல்லாமலேயே இது கிடைத்திருப்பதுதான் காரணம். எங்கே பார்த்தாலும் இருப்பதனால் இதன் அருமை தோன்றுவதில்லை. மிக நுட்பமான பொருளைக் காட்டும் 'மைக்ராஸ்கோப்'பைக் கண்டு வியக்கிறோம். தொலையிலுள்ள பொருளைக் காட்டுகின்ற 'டெலஸ்கோப்'பைக் கண்டு வாயைப் பிளக்கிறோம். நம் கண்ணின் பெருமையை எண்ணிப் பாருங்கள். இதற்கு நுண் பொருளைக் காட்டும் கருவியையோ, தொலை பொருளைக் காட்டும் கருவியையோ ஒப்பிடலாமா? கண்ணால் பிற பொருளைப் பார்க்கிறோம் என்பது மாத்திரம் அல்ல. எதிரே இருப்பவர்களுக்கு நம் இருதயக் கருத்தை எடுத்துக் காட்டும் கண்ணாடியாக வேறு இருக்கிறது. "ஐயா கண் சிவந்து இருக்கிறது; கோபமாக இருக்கிறார்"என்றும், "நீர் வழிகிறது; துக்கம் போலிருக்கிறது" என்றும் தான் காட்டுகின்ற அடையாளத்தைக் கொண்டே உள்ளத்தின் உணர்ச்சியை உணர்ந்து கொள் ளக் கருவியாக அது

விளங்குகிறது. இப்படி எதிரே உள்ளதைக் காணவும் உள்ளத்தில் உள்ளதைக் காட்ட வும் பயன்படும் கண் போன்ற வேறு ஓர் இயந்திரத்தை மனிதனால் ஆக்க முடியுமா?

அது கிடக்கட்டும். கைகளைப் பாருங்கள். நன்கு நீட்டவும் மடக்கவும் பொருள்களைப்பற்றி எடுக்கவும் விரல்கள் எத்தனை பொருத்தமாக அமைந்திருக்கின்றன! கைகளிலேயுள்ள ரேகைகள் சோதிடம் பார்ப்பதற்காக அமைந்தவை என்று சிலர் நினைக்கலாம். கை நன்றாக மடங்கி விரிய வேண்டுமானால் இடம் வேண்டாமா? ரேகையில் மடங்கும் படி ஆண்டவன் அமைத்திருக்கிறான். இப்படிப் பற்பல வகைகளில் ஆச்சரியப்படும்படியாக, இறைவனுடைய திருவருள், உயிர் வாழ்வதற்கு உரிய வீடான இந்த உடம்பைக் கட்டிக் கொடுத்திருக்கிறது.

ஒரு வீட்டில் நாம் குடியிருக்கிறோம். வீடு நமக்குச் சொந்தமானது அன்று. இருந்தாலும் நாம் அதில் வாழ்வதனாலே ஒட்டடை அடித்து வைத்துக் கொள்கிறோம். எங்காவது ஒழுகினால் ஓடு மாற்றிக் கொள்கிறோம். நம் முடைய வீடு அல்லவே; எதற்காக நாம் ஓடு மாற்றவேண்டும்? ஏன் ஒட்டடை அடித்துச் சுண்ணாம்பு அடித்து வைத்துக் கொள்ளவேண்டும்? நாம் அதில் வாழவேண்டியிருக்கிறதே! பூச்சி, பொட்டுகள் விழும்; மழை பெய்தால் ஒழுகும். நாம் அங்கே வசிப்பதனாலே நமக்குத்தான் அவற் றால் துன்பம். வீட்டினால் வருகின்ற பொருள் ஊதியம் வீட்டுக்காரனுக்கு என்றாலும், அதனால் வருகின்ற துன் பங்கள் அங்கே இருப்போரைச் சார்கின்றன. அங்கே இருக்கும் காலம் வரையில் துன்பங்களிலிருந்து பாதுகாத் துக்கொள்ள வேண்டிய பொறுப்பு நம்முடைய தாகிறது. உடம்பைப் பேணுதல்

அதுபோல உடம்பு நமக்குச் சொந்தமானது அல்ல என்றாலும், அதனால் வருகின்ற துன்பங்களைப் போக்கிக் கொண்டு அதை நன்றாக நாம் பாதுகாத்துக்

கொள்ள வேண்டும். அதைக் காப்பாற்ற வேண்டிய அவசியத்தைத் திருமூலர் சொல்கிறார்.

முதலில், "உடம்பு ஒரு மல பாண்டம். இழுக்குடை யது. இதை எதற்காகப் பாதுகாக்க வேண்டும்?"என்று தான் அவர் இருந்தாராம். பின்பு உடம்பினை நன்றாகப் பேணத் தொடங்கினார். எதற்காக? நன்றாகச் சதை வைக்க வேண்டும், ஊன் நன்றாக வளர வேண்டும் என்பதற்காக அன்று. உடம்புக்குள்ளே இறைவன் உறைகிறான் என்பதை உணர்ந்து கொண்டார். ஆண்டவன் கோயிலாகிய இதை நன்றாகப் பாதுகாத்துக் கொள்வது. முறையல்லவா?

உடம்புக்குள்ளே உத்தமன் கோயில் கொண்டான் எனத் தெரிந்து கொண்டால், அவ்வுத்தமனைக் காண வேண்டுமென்று ஞானம் படைத்தவர்கள் உடம்பைப் பேணுவார்கள். ஆகவே,

"உடம்பினை முன்னம் இழுக்கென் றிருந்தேன்
உடம்பினுக் குள்ளே உறுபொருள் கண்டேன் உடம்புளே
உத்தமன் கோயில்கொண் டான்என்று உடம்பினை யானிருந்
தோம்புகின் றேனே"

என்று சொல்கிறார் அவர்.

நாமும் உடம்பைப் பாதுகாத்துக் கொள்கிறோம். யோகிகளும் உடம்பை மிகவும் பாதுகாப்பாக வைத்துக் கொள்கிறார்கள். இருவர் செயலும் ஒன்றாகுமா?

இரண்டு பேர் கத்தியைத் தீட்டிக் கொண்டிருக்கிறார்கள். தீட்டும் செயல் இரண்டு பேருக்கும் பொதுவானது. அதைப் பார்த்து, இரண்டு பேரும் கத்தி தீட்டுவது ஒரே காரணத்திற்காகத்தான் என்று சொல்ல இயலாது. இரண்டு பேரும் தீட்டிய கத்தியில் சுணை பார்க்கிறார்கள்; கூர் சரியாக ஏறியிருக்கிறதா என்று தொட்டுப் பார்க்கிறார்கள். தொட்டுப் பார்க்கும்போதே ஒருவன் கருத் தில், "இந்தக் கத்தி சரியாக ஒரே வெட்டில் ஆட்டை வெட்டுமா?'என்கிற எண்ணம்

இருக்கிறது. மற்றொருவன் கருத்தில், 'ஆண்டவன் கோயில் கொண்டுள்ள ஆலயத்தின் பிராகாரத்திலுள்ள முள்ளை இக் கத்தி சரியாக வெட்டுமா?"என்கிற கருத்து இருக்கிறது. கத்தியைத் தீட்டும் செய்கை ஒன்றுதான். ஆனால் அச் செய்கைக்கு மூல காரணமான எண்ணம் வேறுபடுகிறது. அதனால் விளை கின்ற விளைவுகளும் வேறுபடுகின்றன.

அப்படியே நாம் நம்முடைய உடம்பைப் பலவகையாலும் பேணும்போது உடம்பிலுள்ள இந்திரியங்களினால் வரும் இன்பத்தைக் கருத்தில் கொண்டு செய்கிறோம். ஞானிகளோ உடம்பினுள்ளே இறைவன் இருக்கிறான் என்பதை உணர்ந்து, அவன் வாழ்கின்ற கோயிலாகிய வீட்டை நன்றாக வைத்துக் கொள்ளவேண்டும் என்ற கருத்தினால் ஓம்புகிறார்கள். இப்படிக் கருத்தில் வேற்றுமை இருப்பதானால் நாம் சாப்பிடுகிற சாப்பாட்டின் விளைவு வேறாகிறது. கண்ட கண்டபடி உணவுகளை உட் கொண்டு, நாம் உடம்பிலுள்ள இந்திரியங்கள் தருகிற இன்பத்தையே நுகர்ந்து அவை வன்மை இழந்த பிறகு வருந்திச் செத்துக் கொண்டிருக்கிறோம். மரணமில்லாப் பெருவாழ்வை விரும்பும் ஞானியர்கள் அதை அடைவதற்குரிய கருவியாகிய உடம்பைப் பலவகையாலும் ஆராய்ச்சி செய்து அதை நல்ல வகையில் ஓம்பி லட்சிய சித்தி பெறுகிறார்கள்.

கால எல்லை

இந்த உடம்பாகிய கருவி நமக்கு எல்லாக் காலத்திலும் பயன்படுவதில்லை. இதற்குக் கால எல்லை உண்டு. அக் காலம் வரையில் உடம்பைப் பாதுகாக்க வேண்டியது இன்றியமையாதது. எந்தக் காலத்தும் நாம் உடம்புக்கு அடிமை ஆகக் கூடாது. நமக்கு அடிமையாக இருக்க வேண்டிய அதனை, நமக்குத் தலைவனைப் போல மதித்து அதற்கு அடிமைப்பட்டு வாழ்கிறோம் நாம். உடம்பைக் கருவியாகக் கொண்டு, அதற்கு அடிமையாகாமல், அதை

எந்தச் சமயத்திலும் உதறித் தள்ளும் நிலையில் வாழ்கிறார்கள் ஞானிகள்.

உடம்பாகிய இந்த வீட்டில் வாழும் நாம் உடம்பை நீங்கினால் வேறு கட்டுப்பாடு இன்றி இறைவ னுடைய திருத்தாளாகிய முத்தி இன்பம் ஒன்றையே பெற வேண்டும். அதுதான் நம் லட்சியம்; அப்படி இன்றி இந்த உடம்பை விட்டு வேறோர் உடம்பை எடுக்கும் நிலை வரக் கூடாது. நாம் இறந்து இறந்து பிறந்து கொண்டிருக் கிறோம். காரணம்: புற உடம்பு அழிகிறதே தவிர உயி ருக்கு உட் சட்டையாக இருக்கிற சூட்சும காரண சரீரங்கள் அழிவில்லாமல் இருக்கின்றன. அவற்றை விட்டு உயிர் நீங்க வேண்டுமானால் அது சென்று சேருவதற்கு உரிய இறைவனுடைய திருத்தாளைப் பெறும் முயற்சியைச் செய்ய வேண்டும். "ஆண்டவனே! இந்த உடம்பை விட்டால் இனி எனக்குப் பிறவி கூடாது. திருத்தாளாகிய வீட்டை நான் பெறவேண்டும்" என்று சொல்ல வருகின்ற அருணகிரியார் இந்த உடம்பைப் பற்றி முதலில் சொல்கிறார். தெரு வீதியிலே படுத்து உறங்கும் ஏழையாக இருந்தாலும், மாட மாளிகையில் படுத்துக்களிக்கும் செல்வனாக இருந்தாலும் பிறக்கும்போது எவ்வித வேற்றுமையும் இல்லாமல் இறைவனால் கட்டிக்கொடுக்கப் பட்ட குடிசையோடுதான் வருகிறார்கள். இந்தக் குடிசை நமக்குச் சொந்தமானது அல்லவே என்று அலட்சியம் செய் யவும் முடியாது.

2

தோலால் சுவர்வைத்து, நாலாறு காலில் சுமத்திஇரு காலால்
எழுப்பி, வளைமுதுகு ஒட்டிக்கைந் நாற்றிநரம் பால்ஆர்க்கை
யிட்டுத் தசைகொண்டு வேய்ந்த
குடிசை இது.

இந்த அகம்

சின்னக் குடிசை கட்டினாலும் நான்கு புறங்களிலும் சுவர் வைக்கிறோம். இந்த உடம்பாகிய சிறிய குடிசைக்குச் சுவராக இருப்பது தோல்.

தோலால் சுவர்வைத்து.

தோலாலே சுவர் வைத்து என்று மட்டும் சொல்கிறார் அருணகிரியார். யார் வைத்தார்கள் என்று சொல்லவில்லை. நாமே நம் உடம்பைப் படைத்துக் கொண்டோம் என்று சொல்லலாமா? நாம் பிறந்த பிறகு உடம்பு உண்டாக வில்லை. நமக்குத் தெரியாமலே உடம்போடு பிறக்கிறது உயிர். ஆகவே நாம் உடம்பைப் படைத்துக் கொண்டோம் என்று சொல்ல முடியாது. நம்முடைய தாய் தந்தையர்கள் படைத்தார்கள் என்று சொல்லலாமா? அப்படியும் சொல்ல இயலாது. அவர்கள் படைத்தது என்றால் ஊனத்தையும், முடத்தையும் படைப்பார்களா? மனை வி யும் சிவப்பு, கணவனும் சிவப்பு. தங்களுடைய குழந்தையும் சிவப்பாகப் பிறக்க வேண்டுமென அவர்கள் விரும்புகிறார்கள். கறுப்புக் குழந்தை பிறக்கிறது! அவர் கள் படைத்தால் அப்படிப் பிறக்குமா? ஆகவே உடம்பைப் படைப்பதற்கு நாமும், நம் பெற்றோர்களும் காரணம் அல்ல. படைப்பதற்கு மூலமான சக்தி ஒன்று தனித்திருக்கிறது. அந்தச் சக்திதான் இறைவன். அதை எப்படி அவன் படைத்திருக்கிறான்?

தச வாயுக்கள்

தோலால் சுவர் வைத்து நாலாறு காலில் சுமத்தி.

நான்கு புறங்களிலும் தோலால் சுவர் வைத்திருக்கிறான். வீட்டுக்கு நான்கு சுவர்கள் இருந்து விட்டால் மாத்திரம் போதா. கால் நாட்ட வேண்டும்? இந்த வீட்டுக்கு ஆதாரமாக இருப்பவை நாலாறு கால்கள். நாலு ஆறு என்பதற்கு இங்கே

பத்து என்று பொருள்கொள்ள வேண்டும். பத்துக் கால்களின் மேல் இந்த வீடு வைக்கப் பட்டிருக்கிறது.

பிரயாணத்திலே போடுகின்ற கூடாரம் போன்றது இந்த வீடு. எப்போதும் இது நிலையானது அன்று. இந்த வீடு பத்துக் கால்களிலே சுமத்தி இருக்கிறது என்கிறார் அருணகிரியார். அவர் ஒரு புலவர். கொஞ்சம் நயமாகச் சொல்கிறார். கால் என்றால் தூண் என்றும் சொல்லலாம்; காற்று என்றும் சொல்லலாம். இந்த உடம்பாகிய வீட்டைத் தாங்குபவை பத்துக் கால்கள்; பத்து வாயுக்கள்.

மூச்சுப் போய்விட்டால் பிணம் என்று உடம்பு அழைக்கப்படுகிறது. வாழ்கின்ற மனிதனின் உடம்பைத் தான் உடம்பு என்று சொல்கிறோம். வாழ்கின்ற மனிதனின் உடம்பிலே பலவகையான நாடி, நரம்புகள் இருக் கின்றன. 72 ஆயிரம் நாடிகள் இருக்கின்றன எனச் சொல்வர்; ரத்த ஓட்டம் இருக்கிறது; கை காலை அசைக் கிறோம். இத்தனை செயல்களுக்கும் மூலமாக இருப்பது காற்று. அந்தக் காற்றைப் பத்து வகையாகப் பிரித்துச் சொல்லியிருக்கிறார்கள்.

நமக்குப் பெரும்பாலும் ஐந்து காற்றுகள் தெரியும். அந்த ஐந்தும் மிகவும் முக்கியமானவை. மற்ற ஐந்து காற்றுகள் அவ்வளவு சிறப்பானவை அல்ல. இருந்தாலும் உடம்பின் இயக்கத்திற்குத் துணையாக இருப்பவை தச வாயுக்கள். நமக்கு நன்றாகத் தெரிந்த காற்று, பிராணவாயு. இருதயத்தை வீங்கி அமுங்கச் செய்கிற வாயு அது. உயிரைத் தரிக்க வைக்கிறதனால் அதற்குப் பிராணவாயு எனப் பெயர். உயிர்ப்பு என்று தமிழில் சுருக்கமாகச் சொல் வார்கள். அடுத்ததாக அபானன் என்னும் வாயுவும் நமக் குத் தெரியும். கீழே தள்ளுகிற சக்தி உடையது அது.

மோட்டார் வண்டிக்குள் கரி போடுகிறார்கள். போடுகின்ற வாய் மேல் பக்கம் இருக்கும். கரி எரிந்து சாம்பலும், தூளுமாக விழுகின்ற இடம் கீழே இருக்கும். கரி போட்ட வழியாகவே சாம்பலைத் தள்ளமாட்டார்கள். போடுகின்ற இடம் வேறு;

தள்ளுகின்ற இடம் வேறு. அப்படியே உடம்பில் உணவு போடுகின்ற இடம் வேறாக வும், கழிவுப் பொருளை வெளியேற்றுகின்ற இடம் வேறா கவும் இருக்கிறது. கழி பொருளை வெளியேற்றுவதற்கு மூலகாரணமாக இருக்கிற வாயு அபானன். அதோமுகமாக நோக்கும் வாயு அது.

சாப்பிடுகிறோம்; நான்கு மணிநேரத்தில் ஜீரணம் ஆகி விடுகிறது. அப்படிச் செரிப்பதற்குத் துணையாக இருப்பது உஷ்ணவாயு; அதற்குச் சமானன் என்று பெயர்.

பேசுகின்றோம்; பேசுகின்ற காற்றும், மூச்சு விடுகிற காற்றும் ஒன்று அல்ல. பேசுகிற காற்று உந்தியிலிருந்து வருகிறது. அந்த வாயுவுக்கு உதானன் என்று பெயர்.

நரம்பிலே ரத்தம் ஓடிக்கொண்டிருக்கிறது. இருதயத்தில் இருந்து புறப்பட்ட ரத்தம் நரம்புகளின் வழியே ஓடி, திரும்பவும் இருதயத்திற்கு வந்து சேரும் வண்ணம் இயக்கும் வாயுவுக்கு வியானன் என்று பெயர். பிராணன், அபானன், சமானன், உதானன், வியானன் என்ற இந்த ஐந்து வாயுக்களும் முக்கியமானவை. இவற்றைப் பஞ்சப் பிராணன் என்றும் சொல்வார்கள்.

இந்த ஐந்து வாயுக்கள் அல்லாத வேறு ஐந்து வாயுக்களும் இருக்கின்றன. கை காலை நீட்டுகிறோம்; மடக்குகிறோம். அப்படிச் செய்ய உதவும் வாயுவுக்கு நாகன் என்று பெயர். கண்ணை மூடி மூடித் திறக்கிறோம். ஆமை தன் உறுப்புகளை வெளியே நீட்டி உள்ளே இழுத்துக் கொள்வதுபோல இந்தக் காரியம் நடைபெறுவதனால் இந்தச் செய்கைக்குத் துணையாக உள்ள வாயுவுக்குக் கூர்மன் என்று பெயர். கோபம் வருகிறது. ஓடினால் இறைக்கிறது, தும்முகிறோம். இந்தச் செய்கைகளுக்கு மூலமாக இருக்கும் வாயுவுக்குக் கிரிகரன் என்று பெயர். வியர்க்கிறது; இதற்குக் காரணமாக இருக்கும் வாயுவுக்குத் தேவதத்தன் என்று பெயர். உயிர் போனபிறகும், பிணத்தைக் கொளுத்தும் போதும் சில செயல்கள் நிகழ்கின்றன. கை, கால்கள் விறைக்கும்; தலைவெடிக்கும்.

கடைசியாகத் தலைவெடித்து வெளியேறும் வாயுவுக்குத் தனஞ்சயன் என்று பெயர்.

இப்படி உடம்பிலே பல செயல்கள் நிகழ்வதற்குக் காரணமாக இருப்பவை பத்து வாயுக்கள் என்று சாஸ்திர நூல்கள் கூறுகின்றன. உடம்பாகிய இந்த வீடு, பத்துக் கால்களில் சுமத்தி வைக்கப்பட்டிருக்கிறது. இந்தப் பத்துக் கால்கள் உடம்புக்கு ஆதாரமாக இருக்கின்றன. ஆகவே,

நாலாறு காலில் சுமத்தி

என்கிறார் அருணகிரியார்.

மற்ற அமைப்புகள்

நான்கு கால்களிலே நிற்கிற குடிசைகள், மாடுகள் போன்ற விலங்குகள். மனிதர்களுக்கு இரண்டு கால்களே உள்ளன. ஆகவே இந்தக் குடிசை இரு கால்களால் உயர்த்தி வைக்கப்பட்டிருக்கிறது.

இரு காலால் எழுப்பி.

இங்கே கால் என்பதற்குக் காற்று என்ற பொருள் இல்லை. முதலிலே காற்று என்ற பொருளில், "நாலாறு காலில் சுமத்தி"என்றார். இங்கே பாதம் என்ற பொருளில், "இரு காலால் எழுப்பி"என்கிறார். உடம்பாகிய குடிசை தோலால் சுவர் வைத்து, பத்துக் காற்றுகளை ஆதாரமாக வைத்து, அவற்றின்மேல் சுமத்தி, இரு கால் ஆகிய தூணில் நிற்கிறது.

தோலால் சுவர்வைத்து நாலாறு காலில் சுமத்தி இரு காலால் எழுப்பி.

இரண்டு பக்கமும் சார்ப்பு இறக்குவதற்கு நடுவில் ஒரு விட்டம் வேண்டும் அல்லவா? அந்த விட்டம்போல இருப் பது முதுகு. அது வளையக்கூடிய சக்தி உடையது. வளை

முதுகை விட்டமாக வைத்து, இரண்டு பக்கமும் கையாகிய சட்டத்தை அமைத்திருக்கிறான் இறைவன்.

வளைமுதுகு ஒட்டிக்கை நாற்றி.

வளைகின்ற முதுகை நடுவிட்டமாக அமைத்து, இரண்டு பக்கமும் கையாகிய சட்டத்தைத் தொங்கவிட்டிருக்கிற வேய குடிசை இது, இந்தக் குடிசைக்கு மேற் கூரை வேண்டும். கீற்றினாலும் வைக்கோலினாலும் கூரை மேய்வார்கள். அப்போது பனநாரையோ கயிற்றையோ ஆக்கையாகக் கொண்டு கட்டுவார்கள். இந்த உடம்பாகிய வீட்டுக்குக் கூரை தசையினால் வேய்ந்திருக்கிறது. நரம்பாகிய ஆக்கையினால் கட்டப்பட்டிருக்கிறது.

நரம்பால் ஆர்க்கையிட்டுத் தசைகொண்டு வேய்ந்த அகம்.

ஆர்க்கை என்பது கட்டுகின்ற கருவி.

இந்தக் குடிசையாகிய உடம்பு நிலையானது அன்று. எத்தனை காலம் இருக்கும் என்றும் சொல்லமுடியாது சில குடிசைகள் ஆறு வருஷம் நிற்கும்; சில ஆறு மாதம் நிற்கும்; அறுபது வருஷம் நிற்கிற வீடுகளும் உண்டு. 'ஆறு நிமிஷம் இருக்கிற குடிசைதானே?'என்று ஆண்டவன் அலட்சியமாக அதை அமைக்கிறானா? நூறு ஆண்டு வசிக் கப்போகிற உடம்பு என்பதற்காக நல்ல முறையில் அதைப் படைப்பதும், நூறுநாள் தாமே உலகில் வாழப் போகிறது என்பதற்காக மற்றோர் உடம்பை மட்டமாகப் படைப்பதும் இல்லை. எல்லாவற்றையும் ஒரே மாதிரியாக, தோலால் சுவர் வைத்து, நாலாறு காலில் சுமத்தி, இரு காலால் எழுப்பி, வளை முதுகு ஒட்டிக் கைநாற்றி, நரம்பால் ஆர்க்கையிட்டுத் தசை கொண்டு வேய்ந்து, படைக்கிறான்.

நீண்ட காலம் உயிர் இதில் இருக்க வேண்டும் என்பது அவன் நோக்கம் அன்று. தன்னுடைய திருவடி நிழலில் இருப்பதற்குத் தகுதியில்லா வண்ணம் வினைகளாகிய மாசு

களைப் பூசிக் கொண்டிருக்கிறார்களே; உலகமாகிய ஆற் றிலே போய் வினைகளைக் கழுவிக்கொண்டு வரட்டும் என்று உடம்பாகிய இந்த வீட்டைக் கட்டிக் கொடுத்து அனுப்புகிறான்.

சொந்த வீடு

இது எவ்வளவு தான் அற்புதமான வீடாக இருந் தாலும் இதிலேயே இருந்துவிட முடியுமா? சென்று சேருகின்ற இடம் ஒன்று உண்டு என்பதைத் தெரிந்து கொள்ளாமல் இருக்கலாமா? பல இடங்களில் குடியிருந்தவன் சொந்தமாக ஒரு வீடு கட்டிக் கொள்ள வேண்டுமென்று நினைக்கும் சமயம் ஒன்று வரும்.

"வீட்டுக்காரன் வீட்டைச் செப்பஞ் செய்வது இல்லை; சுண்ணாம்பு அடிப்பது இல்லை. வீட்டிலே எங்கே பார்த்தாலும் ஒழுகுகிறது, பூச்சி பொட்டுகள் நெளிகின்றன, ஒண்டுக் குடித்தனக்காரர்களின் சண்டையும் அதிகமாகி விட்டது"என்ற நிலை வந்தால் அந்த வீட்டில் குடியிருக்க முடியாது. "குடியிருந்து துன்பப்படும் நிலை நமக்கு வேண்டாம். சொந்தமாக வீடு கட்டிக் கொள்ளவேண்டும்"என்ற நினைப்புத் தோன்றுகிறது. அப்படி, இந்த உடம்பு நிலையானது, இந்திரிய சுகங்களே முக்கியமானவை என்று எண்ணி வாழ்கின்ற மக்கள், இந்த உடம்பாகிய அகத்தை விரும்பாமல் நிலைத்த இன்ப வீட்டை, முத்தி வீட்டைப் பெறலாம் என்று நினைக்கும் பக்குவம் ஒன்று உண்டு. உடம்பிலுள்ள ஒவ்வோர் இந்திரியத்தையும் திருப்திப் படுத்த வேண்டுமென்று எண்ணிச்செய்த அத்தனை செய்கைகளும் தோற்றுப்போய், ஒவ்வொன்றின் ஆசைகளும் பன் மடங்காகப் பெருகி நிற்க,உடம்பு நலிந்து. பல வகையாலும் துன்புறுகின்றபோது, "உடம்பு பெற்றதே துன்பம்"என்கிற உணர்வு வருகிறது. "இந்த உடம்பு எங்கே போனாலும் துக்கந்தான். இதிலும் எந்த உறுப்புக் கெட்டுப் போனாலும் போனது போனது தான். விடுதிச் சாமான்

வாங்கிப் போட்டு இளமையுடையதாக ஆக்க முடியாது. இந்த வீட்டில் இருக்கிறபோதே சொந்தமாக வேறு ஒரு பாதுகாப்பு உள்ள வீட்டைக் கட்டிக் கொண்டால்தான் இந்த வீடு அழியும்போது, துன்பம் இல்லாத நிலையான ஆனந்தத்தை அளிக்கும் இடத்துக்குப் போக முடியும்"என்று உணர்ந்தார்கள் ஞானிகள்.

உடம்பாற் பயன்

விரைவில் அழிகின்ற பொருள்களை வாங்கக்கூடாது. நன்றாக உழைக்கும் பொருளை, அழிவில்லாத பொருளை வாங்க வேண்டும் என்று நினைக்கிறோம். கண்ணாடித் தம்ளர்களை வாங்குவதற்குப் பதிலாக 'எவர் சில்வர்'தம்ளர்களை வாங்கினால் நலம் என்று நினைக்கிறோம். இன்பத்தைப் பல காலம் அநுபவிக்க வேண்டும் என்று விரும்புகிற மனிதன், அந்த இன்ப நுகர்ச்சிக்குக் கருவியாகிய உடம்பு பல காலம் வாழ வேண்டும் என்ற ஆசையைக் கொள்கிறான். உடம்பு நெடுங்காலம் இராது என்பது அவனுக்குத் தெரியும். இருந்தும் மயங்கி, நிலையாத உடம்பை நிலைக்கப் பண்ணக் காயகல்ப மருந்தை உண்ணுகிறான். சித்தித்த சாமியார் என்று யார் யாரையோ தேடிச் சென்று காலில் விழுகிறான்.

“ஆசைக்கோர் அளவில்லை. நெடுநாள் இருந்த பேரும் நிலையாக வே இனும் காயகல் பந்தேடி நெஞ்சுபுண்ணாவர்"

என்று தாயுமானவர் பாடுகிறார்.

ஆகவே, உண்மை தெரிந்தவர்கள், உடம்பு இருக்கும் போதே, உயிர் உடம்பை விடும்போது சென்று சேர வேண்டிய லட்சியத்திலே குறியாக இருப்பார்கள். அந்த லட்சியத்திற்குத் தடையாக இருக்கிற உலக மாயையில் சிக்க மாட்டார்கள். உடம்பிலுள்ள பற்றை மாற்றி இறைவன் தாளிலே பற்று வைப்பார்கள்.

அவர்கள் உடம்பினால் வரும் இன்பத்தை எண்ணா விட்டாலும் தாம் பற்றுகின்ற பொருளை அடைவதற்கு இதனை ஒரு கருவியாக வைத்திருப்பார்கள். தாமரை வளர வேண்டுமானால்; சேறுள்ள குளம் வேண்டும். சேற்றிலே முளைக்கின்ற தாமரை வேண்டுமென்பவன் குளத்தின் சேறு இழிந்த பொருளாக இருந்தாலும் அதைக் காப்பாற்றுவான்.

உடம்பு சேறு நிறைந்த இடமாக இருந்தாலும் முளைக்கின்ற தாமரை ஆகிய ஞானத்திற்காக, ஞானிகள் அதைக் காப்பாற்றினார்கள். உடம்பு நிலையற்றது என்பது தெரிந்தமையால் அது செத்துப் போவதற்குள், முத்தியின்பத்தைப் பெறுவதற்கு முயன்றார்கள்.

இந்திரிய சுகத்தை எண்ணியே நாம் உடம்பினிடத்தில் அபிமானம் கொள்கிறோம். ஞானிகளோ, ஞானத்தைப் பெறுவதற்கு, இறைவனின் தாளாகிய முத்தி வீட் டைப் பெறுவதற்கு உடம்பினிடத்தில் அபிமானம் கொண் டார்கள்.

மாணிக்கமும் துணியும்

அற்புதமான மாணிக்கத்தைப் பெற்றவன் ஒருவன் அழுக்கான கிழிசல் துணி கிடைத்ததனால் அதில் முடிந்து கொண்டு போகிறான். அழுக்குக் கிழிசல் துணியில் அவனுக்கு இருக்கும் அபிமானம் அதனுள் இருக்கும் மாணிக்கத்தைப் பத்திரமாகப் பாதுகாக்க வேண்டும் என்பதால் உண்டாகிறது. வீட்டுக்குச் சென்ற பிறகு மாணிக்கத் தைப் பெட்டியில் வைக்கிறான். பிறகு கிழிசல் துணியை எறிந்துவிடுகிறான்; அதைப் பற்றிக் கவலைப்படமாட்டான்.

உயிராகிய மாணிக்கம் இறைவனது தாளாகிய பெட் டியை அடையும் வரைக்கும் அது பத்திரமாக இருக்க வேண்டுமென்று அது முடியப்பட்டிருக்கும் உடம்பாகிய அழுக்குக் கந்தையிடம் அபிமானம் வைத்திருப்பார்கள். நம்மைப்போலக் கண்டதைத் தின்னும் அபிமானம் அன்று;

ஒரு கட்டுப்பாட்டுக்குள் நின்று உடம்பைக் காப்பாற்று வார்கள்.

குளிர் காய வேண்டும் என்றால் நெருப்பு வேண்டும் நெருப்பிடம் நெருங்கினால் சுட்டுவிடும். அப்பால் அகன்றால் குளிர் காய முடியாது. அதை விட்டு அகலாமலும் அதனிடத்தில் மிகவும் நெருங்காமலும் நின்று குளிர் காய்வதை ஒப்ப, உடம்பை விடாமலும், உடம்பினால் வருகின்ற சுகத்தையே கருதி அதனிடம் நெருங்காமலும் இருப்பார்கள் ஞானிகள். உடம்பினுள் உயிர் வாழ்கின்ற காலம் வரையில் இறைவனுடைய திருத்தாளைச் சென்று சேருவதற்கு உரிய முயற்சியில் ஈடுபட்டிருப்பார்கள்.

3

அவர்கள் உள்ளத்தில் லட்சியமாக இருப்பது இந்திரிய சுகம் அல்ல. உயிராகிய மாணிக்கத்தைக் கொண்டு போய்ப் பெட்டியில் போடவேண்டும் என்ற லட்சியம் இருக்கிறது. அந்தப் பெட்டிதான் இறைவனுடைய திருத் தாளாகிய முத்தி வீடு.

முத்தி வீடு

இந்த வீட்டுக்குப் பலர் பல விதமான அடையாளம் சொல்வதுண்டு. வெவ்வேறு திசையிலிருந்து பார்ப்பதனால் அப்படிச் சொல்கிறார்கள்.

"இன்னார் எங்கே இருக்கிறார்?"என்று கேட்டால், “மயிலாப்பூரில் இருக்கிறார்"என்று ஒருவர் சொல்கிறார். "மயிலாப்பூரில் மந்தைவெளியில் இருக்கிறார்” என்று ஒருவர் சொல்கிறார். குறிப்பாக வீடு இருக்கும் தெரு அவருக்குத் தெரியவில்லை. அவர் இருக்கும் தெருப் பக்கமாகச் சென் றவர், "மந்தைவெளியில் முதல் தெருவில் இருக்கிறார்'என்கிறார். அவர் அந்தத் தெருவுக்குள் போனது இல்லை.

அதனால் அவருக்கு வீட்டு எண் தெரியவில்லை. தெருவழி யாகப் போனவர் சொல்கிறார்; "மூன்றாம் எண்ணுடைய வீட்டில் இருக்கிறார். வீட்டு வாசலில் அவர் பெயர் இருக் கிறது. சக்தி விலாஸ் என்பது வீட்டின் பெயர்"என்கிறார். வீட்டுக்குள் அவர் போனது இல்லையாதலால் வீட்டுக் குள்ளே இருக்கும் அடையாளம் சொல்ல முடியவில்லை. வீட்டுக்குள்ளே போனவரோ, வீட்டின் எண், அவர் இருக்கும் தெரு, எல்லாம் சொல்வதோடு, "வீட்டுக்குள் நுழைந்தவுடன் முன் கூடத்தில் தந்தத்தால் ஆன இரண்டு யானைகள் இருக்கும். பெரிய வள்ளுவரின் படம் இருக்கும்"என்று அடையாளம் சொல்கிறார். இவர்கள் வெவ்வேறு அடையாளம் சொன்னாலும் எல்லோரும் சொன்ன பொதுவான அடையாளம் மயிலாப்பூர்.

அப்படி முத்தி வீடு என்பதற்குப் பலர் பலவிதமான அடையாளங்களை அவரவர்களுடைய தகுதி, தன்மை, நிலைக்கு ஏற்பச் சொன்னாலும், பொதுவாகச் சொல்லப் போனால் முத்தி வீடு என்பது இறைவனுடைய தாள்தான். இறைவன் திருவடி அடைந்தார் என்று முத்தி பெற்றவர் களைச் சொல்வது எல்லோருக்கும் வழக்கம்.

"புண்ட ரீகத்தினும், செக்கச் சிவந்த கழல்வீடு"

என்று அருணகிரிநாதரே சொல்கிறார்.

சர்க்கரை வேறு, இனிப்பு வேறு என்று வேறு பிரித்துக் காட்ட முடியாததைப் போல ஆண்டவனுடைய தாள் வேறு, அதை அடைந்தவுடன் கிடைக்கின்ற இன்பம் வேறு என்று வேறுபடுத்திச் சொல்ல முடியாது.

வேண்டுகோள் பலவிதம்

உலகத்தார் இறைவனிடம் வேண்டிக் கொள்ளும் வேண்டுகோள் பல வகை. "ஆண்டவனே, இந்தப் பிறவியில் என்னை ஊனமாகப் படைத்தாயே; அடுத்த பிறவியிலாவது

நல்ல உடம்பாகக் கொடுக்க வேண்டும்'' என்று வேண்டுவர் சிலர். "அடுத்த பிறவியில் பணக்காரர் மாளிகையில் பிறக்கும்படி செய்யவேண்டும்"என்பவர் சிலர். "தேவலோகத்தில் சுவர்க்க இன்பத்தைப் பெறவேண்டும்"என்று விரும்புவார் சிலர். "இந்திர பதவி வேண்டும்"என்று வேண்டினவர்களும் உண்டு.

ஆனால் அருணகிரியார் சொல்வதைக் கேளுங்கள்; "தோலினால் சுவர் வைத்து, தசவாயுக்களை ஆதாரமாக வைத்து, இரண்டு கால் வைத்து, வளைகின்ற முதுகாகிய விட்டம் அமைத்து, கைகளாகிய சட்டத்தைத் தொங்க விட்டு, நரம்பாகிய ஆர்க்கையினால் தசை கொண்டு வேய்ந் திருக்கும் இந்த அகம் பிரிந்தால் உயிர் சென்று சேரவேண்டிய இடம் ஒன்றுதான். அதுவே இறைவன் திருத்தாள்"என்கிறார்.

கிரி துளைத்தோன்

தசைகொண்டு வேய்ந்த அகம் பிரிந்தால் வேலால்
கிரிதுளைத்தோன் இருதாள் அன்றி வேறு இல்லையே!

முருகனுடைய தந்தையாகிய சிவபெருமான் எழுந் தருளியிருக்கும் இடம் கைலாசம். அது வெள்ளிமலை. 'பரமேசுவரன் இருக்கும் வெள்ளி மலையைப்போல நாம் இருந்தால், தன் அப்பா வாசம் செய்கிற இடம் என்று நம்மைக் கண்டு முருகன் ஏமாந்து போவான்'என்று எண்ணியவனைப் போலக் கிரௌஞ்சாசுரன் வெள்ளிமலை, உருவத்தில் இருந்தான். அந்த மலைக்குள் சூரன் ஒளித் திருந்தான். தோற்றத்தினால் வெள்ளியாக இருந்தாலும் அம் மலை அசுர உருவமென்றும் அதனூடே அசுரர் தலைவன் இருக்கிறானென்றும் அறிந்த முருகன் தன் வேலை உருவி அதைத் துளைத்தான்.

"உடம்பை விட்டு நீங்குகின்ற உயிருக்கு மீட்டும் உடம்பு வராமல் இருக்க வேண்டுமென்றால் ஆண்டவனுடைய இரு தாள் அன்றி வேறு பாதுகாப்பான இடம் இல்லை. அந்தத்

தாளைப் பெறுவதற்கு முயற்சி செய்யாமல், உயிராகிய மாணிக்கத்தை இறைவனுடைய தாளிலே சேர்க்கும் வரையில் பாதுகாக்கும் கருவியாக உடம்பை நினைக்காமல், இந்திரிய சுகமே பெரிது என்று வாழ்கிறீர்களே; இதனால் மீட்டும் பிறந்து இன்ப துன்பங்களுக்கு ஆளாகி இப்போது போலவே எப்போதும் அல்லலுற வேண்டுமே! பாசத்துக்குக் கட்டுப்பட்டு உடம்பெடுத்துப் பத்தனாக இருக்கிற உயிர், ஆண்டவனுடைய இரு தாளா கிய முத்தி வீட்டைப் பெற்று முத்தன் ஆகவேண்டும்; அதுதான் லட்சிய வாழ்வு"என்ற கருத்தை இந்தப் பாட் டின் வாயிலாக நமக்கு உபதேசம் செய்கிறார் அருணகிரி நாதப் பெருமான்.

தோலால் சுவர்வைத்து, நாலாறு
காலில் சுமத்தி,இரு
காலால் எழுப்பி, வளைமுதுகு
ஓட்டிக்,கைந் நாற்றி,நரம்
பால்ஆர்க்கை இட்டுத் தசைகொண்டு
வேய்ந்த அகம்பிரிந்தால் வேலால்
கிரிதுளைத் தோன்இரு
தாள் அன்றி வேறு இல்லையே.

[தோலைக் கொண்டு சுவர் வைத்து, பத்து வாயுக்களின்மேல் அமரச் செய்து, இரண்டு கால்களால் உயர்த்திவைத்து, வளைந்த முதுகை நடுவே நீட்டிவைத்து, கைகளைத் தொங்கவிட்டு, நரம்பால் கட்டி, தசையைக் கொண்டு மூடிய இந்த உடம்பாகிய வீட்டை நாம் பிரிந்தால், வேலாயுதத்தால் கிரௌஞ்ச மலையைத் துளைத்த முருகனுடைய இரண்டு தாள்களாகிய முத்தியை அன்றி வேறு இன்பந் தரும் இடம் இல்லை.

நாலாறு - நாலும் ஆறும்; உம்மைத் தொகை. காலில்- காற்றின்மேல். இரு கால் - இரண்டு கால்கள். ஓட்டி - நீட்டிவிட்டு. நாற்றி - தொங்கவிட்டு. ஆர்க்கை - கட்டும் கயிறு; கட்டுதல் எனலும் ஆம். அகம் - வீடு, வேறு -அகம்.]

அருணகிரி நாதர் அலங்காரத்தில் வேறு ஒரு பாட்டிலும் இந்த உடம்பைப் பற்றிச் சொல்கிறார்.

"ஐவர்க்கு இடம்பெறக் கால் இரண்டு
ஒட்டி அதில்இரண்டு
கைவைத்த வீடு குலையுமுன்
னேவந்து காத்தருளே"

என்கிறார்.

அப்பர் சுவாமிகள்,

"கால்கொடுத் திருகை ஏற்றிக் கழிநிரைத் திறைச்சி மேய்ந்து
தோல்படுத் துதிர நீரால் சுவரெடுத் திரண்டு வாசல்
ஏல்புடைத் தாவ மைத்தங் கேழுசா லேகம் பண்ணி
மால்கொடுத் தாவி வைத்தார் மாமறைக் காட னாரே"

என்று பாடுவதும் இங்கே நினைவுக்கு வருகிறது.

★★★

9 788199 792623